AF759064

दिवाळी फराळ

(सणउत्सवांसाठी विविध प्रकारच्या मिष्टान्नांसह)

जयश्री कुबेर

सकाळ प्रकाशन

सकाळ प्रकाशन

Diwali Faral

दिवाळी फराळ

लेखक : जयश्री कुबेर

प्रथम आवृत्ती : ऑक्टोबर २०१९

मुखपृष्ठ व मांडणी : मधुमिता शिंदे

अक्षरजुळणी : अश्विनी महाजन

प्रकाशक : सकाळ मीडिया प्रा. लि.
५९५, बुधवार पेठ,
पुणे - ४११ ००२

ISBN : 978-81-943261-2-0

संपर्क : ०२०-२४४० ५६७८/८८८८८ ४९०५०
sakalprakashan@esakal.com

साऱ्या खवय्यांना...

मनोगत

महाराष्ट्रात विविध सणपरंपरांची रेलचेल आहे. प्रत्येक सणाशी आपली एक विशिष्ट कल्पना जोडलेली असते. सण म्हटले की, माझ्या मनात सुट्ट्या, पाहुणे, भेटीगाठी आणि मुख्य म्हणजे खूप सारा खाऊ, मिठाया, असे चित्र उभे राहते. आपल्या सर्वांसाठी हे सण आनंदाची शाही परंपरा घेऊन येतात. हेच पहा ना, वर्षभर गोडधोड, तेलकट, तळकट टाळले तरी दिवाळी, गणपती, नवरात्र अशा काही मुख्य सणांना तरी आपण थोडे का होईना, पण डाएट टाळतो. मोकळ्या मनाने, उत्साहाने या उत्सवी वातावरणात मिसळतो. साहजिकच सणावारी पक्वान्ने, मिठाया कोणत्या असाव्यात, नेहमीपेक्षा नवे, वेगळे काहीतरी कसे करता येईल, याची चक्रे स्वयंपाकघर सांभाळणाऱ्या गृहिणी किंवा हल्लीच्या आधुनिक काळात गृहस्थांच्याही डोक्यात फिरू लागतात.

पूर्वी 'फक्त' दिवाळीत होणारे चकली, चिवडा, शंकरपाळी, चिरोटे, लाडू असे फराळाचे पदार्थ, गोड पदार्थ व मिठाया आता बाराही महिने कुठल्याही दुकानात मिळतात. त्यामुळे त्यांची 'अतिपरिचयात् अवज्ञा' होते आहे. याउलट, सणानिमित्त आपल्या घरी प्रेमाने आलेल्या पाहुण्यांना काही वेगळे बनवून देता आले तर करणारे आणि खाणारे दोघेही खूश होतात, नाही का? त्यामुळे 'दिवाळी फराळ' या पुस्तकात पारंपरिक पदार्थांबरोबरच काही नेहमीपेक्षा वेगळे, नवीन प्रकारही सुचवले आहेत. पण या वेगळ्या पदार्थांमुळे पारंपरिक पदार्थांचे महत्त्व अजिबात कमी होत नाही. त्यामुळे सणांना लागणाऱ्या फराळाचा पारंपरिक पदार्थांच्या हमखास पाककृतीही येथे आवर्जून दिल्या आहेत.

– जयश्री कुबेर

अनुक्रमणिका

चकली

चकली हा पदार्थ दिवाळीशी जोडलेला असला तरी वर्षातील बाराही महिने आवडीने खाल्ला जातो. चकली कुरकुरीत व चविष्ट होण्यासाठी चकली भाजणी चांगली हवी. ही भाजणी अनेक प्रकारे, वेगवेगळ्या डाळी, व वेगवेगळे उपपदार्थ वापरून करता येते. याचे अचूक प्रमाण कोणते, डाळी किती प्रमाणात भाजाव्यात, याचे उत्तर मिळवण्यासाठी चकली भाजणी तयार करण्याच्या विविध पद्धती पाहिल्या पाहिजेत. चला तर मग, करायची सुरूवात?

चकली भाजणी

खाली दिलेली धान्ये धुवून सावलीमध्ये वाळवून, भाजून इतर घालून साहित्य दळून आणा.

- **भाजणी प्रकार १ :** तीन वाट्या तांदूळ, प्रत्येकी अर्धी वाटी उडीद डाळ-मूग डाळ-तूर डाळ आणि हरभरा डाळ, पाव वाटी धणे, एक टे. स्पून जिरे, एक चमचा ओवा आणि चकल्या करताना दोन चमचे तीळ
- **भाजणी प्रकार २ :** दोन वाट्या तांदूळ, एक वाटी अख्खे पिवळे हरभरे, प्रत्येकी अर्धी वाटी उडीद डाळ-मूग डाळ, दोन चमचे धणे, प्रत्येकी अर्धा चमचा मेथ्या-ओवा
- **भाजणी प्रकार ३ :** चार वाट्या तांदूळ, एक वाटी पोहे (हे दळताना कच्चेच

घालायचे), प्रत्येकी एक वाटी उडीद डाळ-मूग डाळ-हरभरा डाळ, अर्धी वाटी धणे, पाव वाटी जिरे

- **भाजणी प्रकार ४ :** दोन वाट्या तांदूळ, प्रत्येकी अर्धी वाटी उडीद डाळ-मूग डाळ-गहू, पाऊण वाटी हरभरा डाळ, प्रत्येकी पाव वाटी धणे-जिरे
- **भाजणी प्रकार ५ :** दोन वाट्या ज्वारी, एक वाटी हरभरा डाळ, प्रत्येकी पाऊण वाटी उडीद डाळ व मूग डाळपाव वाटी धणे व जिरे, चमचाभर मेथ्या, मूठभर जाड तांदूळ
- **भाजणी प्रकार ६ :** चार वाट्या जाड तांदूळ, एक वाटी उडीद डाळ, अर्धी वाटी मूग डाळ, दोन वाट्या पंढरपुरी डाळे (दळायच्या वेळी घालणे), पाव वाटी जिरे, दोन टे. स्पून धणे

पारंपरिक चकल्या

साहित्य

चकल्या करताना तीन वाट्या वरीलपैकी कोणतीही भाजणी, दीड वाटी पाणी, चवीनुसार तिखट-मीठ-ओवा-तीळ, मोहनासाठी तीन टे. स्पून तेल अथवा लोणी

कृती

पाणी उकळवा. त्यात तिखट-मीठ-ओवा-तीळ-मोहन घाला व खाली उतरवा. भाजणी घालून हलके मिसळून तासभर झाकून ठेवा. नंतर मळून चकल्या करा. मळताना एका वेळी थोडेथोडे पीठ (एका घाण्यापुरते) मळा. कमीत कमी पाणी वापरा. पाण्याला उकळी आल्यावरच मोहन घाला. तळताना तेल तापवून घ्या. गॅस मध्यम करून चकल्या घाला. थोड्या तळल्यावर गॅस कमी करून उलटवा व गॅस पुन्हा मध्यम करा. चकल्या गार झाल्यावर डब्यात भरा.

मूग डाळ चकल्या

■ साहित्य

दीड वाटी मुगाची डाळ,
तीन वाट्या मैदा,
पाव वाटी तांदळाचे पीठ,
अर्धा चमचा हिंग,
पाव वाटी तीळ,
एक चमचा ओवा,
अडीच चमचे लाल तिखट,
मीठ चवीनुसार,
तळण्यासाठी तेल

■ कृती

डाळीत हळद, हिंग व दुप्पट पाणी घालून कुकरमध्ये शिजवून घ्या. त्याच कुकरमध्ये दुसऱ्या भांड्यात मैदा पुरचुंडीत बांधून कोरडाच वाफवायला ठेवा. तीन शिट्ट्या झाल्यावर (डाळ शिजल्यावर) डाळ बाहेर काढून घोटून घ्या. त्यात मैदा व तांदळाचे पीठ चाळून मिसळा. इतर साहित्य घालून घट्ट मळा व लगेच चकल्या करा.

मुरक्कू (दक्षिण भारतीय चकल्या)

■ साहित्य

तीन वाट्या तांदूळ,
पाऊण वाटी उडीद डाळ,
पाव वाटी लोणी,
एक चमचा जिरे,
अर्धा चमचा हिंग,
तळण्यासाठी तेल

■ कृती

तांदूळ धुऊन वाळवून भाजा. डाळही भाजा. जिरे घालून सर्व दळून आणा. पिठात लोणी, मीठ हिंग घालून मळा. एका वेळी एकच वाटी मिश्रण भिजवा. मुरुक्कू चकलीप्रमाणे बारीक नळीच्या चकतीने घालून तळा.

डाळीच्या चकल्या

- **भाजणीसाठी साहित्य**

चार कप तांदूळ,
अर्धा कप उडीद डाळ,
दोन कप हरभरा डाळ,
अर्धा कप पोहे,
एक कप मुगाची डाळ,
तीन टे. स्पून जिरे

- **भाजणीसाठी कृती**

तांदूळ धुवून त्यातील पाणी निथळून कापडावर पसरवा व अर्धा तास सावलीत वाळवा. नंतर मंद आचेवर भाजा. तांदळातील पाणी वाळून दाणा पुन्हा कडक झाला पाहिजे. (खूप जास्त भाजल्यास चकल्या तळताना तेलात पसरतात) याच पद्धतीने हरभरा, मूग, उडीद डाळ वेगवेगळे धुवून कापडावर १५ ते २० मिनिटे वाळवून भाजा. पोहे, जिरेसुद्धा थोडे भाजून सर्व साहित्य एकत्र करा व भाकरीच्या पिठाप्रमाणे पीठ दळून आणा.

- **चकलीसाठी साहित्य**

दोन कप तयार भाजणीचे पीठ,
एक टे. स्पून तीळ,
दोन टे. स्पून तेल,
तळण्यासाठी तेल,
मिरची, हळद, हिंग,
मीठ चवीप्रमाणे

- **कृती**

दोन कप पाणी उकळवा. त्यात तेल, मिरची, हळद, हिंग, मीठ व दोन कप भाजणी टाकून गॅस बंद करा. पीठ गार झाल्यावर चकल्या करा. मध्यम आचेवर तळा.

सोप्या बिनभाजणीच्या चकल्या

■ साहित्य

दोन कप, कणीक,
एक मूठ पातळ पोहे,
पाव चमचा हिंग,
अर्धा चमचा भरडलेला ओवा,
एक ते सव्वा चमचा मीठ,
अर्धा चमचा हळद,
मोहनासाठी
एक-अष्टमांश वाटी तेल,
भिजवायला थंड पाणी.

■ कृती

पोहे व कणीक एकत्र करून एका फडक्यात बांधून त्याची सैलसर पुरचुंडी करा. मोदकपात्रात किंवा प्रेशर कुकरमध्ये चाळणीत तशीच (कोरडीच) ठेवा. मंद गॅसवर साधारणपणे २० मिनिटे वाफवा (प्रेशर कुकरमध्ये दोन शिट्ट्या करा). बाहेर काढून परातीत पसरून गार होऊन द्या. नंतर त्यात तिखट मीठ, तेल (गरम) वगैरे सर्व घाला. थंड पाण्याने खूप घट्ट भिजवा. लगेच नेहमीप्रमाणे चकल्या करा. चकल्या तळताना गॅस कधीही मोठा ठेवू नये. मध्यम आचेवर तळाव्यात म्हणजे त्या वरून लाल व आतून कच्च्या / मऊ अशा होत नाहीत.

पंढरपुरी डाळ्याच्या चकल्या

■ साहित्य

दीड वाटी पंढरपुरी डाळं,
दोन वाट्या तांदळाचे पीठ,
पाव वाटी मूग डाळ पीठ,
पाव वाटी उडीद डाळ पीठ (हल्ली सगळी पिठे मिळतात)
एक डावभर लोणी (पातळ) किंवा तीन चमचे तेल,
तीन चमचे तिखट मीठ,
प्रत्येकी अर्धा चमचा जिरे-ओवा पावडर, दोन चमचे तीळ,
अर्धा चमचा हळद

- **कृती**

डाळ्याची पूड करून घ्या. इतर सर्व पिठे एकत्र करून दोनदा चाळा. त्यातच मीठ, तिखट, हळद, जिरेपूड, ओवापूड, तीळ, गरम तेलाचे मोहन घालून भिजवावे. या पिठाच्या लगेच चकल्या करून मध्यम आचेवर तळा. मंद गॅसवर चकल्या तळल्या तर तांदळाच्या पिठामुळे त्या कडक होतात.

मैद्याच्या झट की पट चकल्या

- **साहित्य**

पाव किलो मोदकासाठी मिळणारी तयार तांदूळ पिठी,
एक वाटी भरून मैदा,
तीन टे. स्पून शीग लावून लोणी,
प्रत्येकी सपाट एकेक चमचा तीळ, ओवा, तिखट, हळद व मीठ,
थंडगार पाणी

- **कृती**

लोणी व मीठ फेसून घ्या. त्यात इतर सर्व साहित्य घालून पीठ भिजवून चकल्या करा. लोण्याऐवजी अर्धी वाटी पातळ तूप किंवा तेलही चालेल. मात्र ते गरम करून घाला.

चिवडा

चिवडा अगदी चटकदार, हरहुन्नरी आणि 'करावा तसा आवडणारा' अशा प्रकारातील पदार्थ आहे. चिवडा नुसताही खाता येतो किंवा भेळ, मिसळ, दहीभात यांची लज्जत वाढवतो.

अनेक चिवडे गावाच्या नावाने प्रसिद्ध आहेत. पुणेरी, बॉंबे स्पेशल, कोल्हापुरी, नाशिकचा, इत्यादी. पण यात खरे वेगळेपण नाशिकच्या चिवड्यात आहे. बाकीच्या चिवड्यांत लसूण, साखर, सुकामेवा इत्यादींचा किंवा तिखटपणाचाच जास्त फरक आहे. अर्थात, 'जिव्हे जिव्हे रुचिर्भिन:' असल्याने या विशेषता आहेत.

चिवडा करताना पाळाव्याच्या काही पथ्ये :

- **पोहे / चुरमुरे पाखडून किमान दोन तास तरी कडक उन्हात ठेवावेत किंवा ओव्हन / मायक्रोवेव्हमधून काढावेत, म्हणजे कुरकुरीत होतात.**
- **तसेच चिवड्यात घालायची कोथिंबीर, कढीपत्ता, मिरच्या धुऊन पुसून पूर्ण कोरड्या केलेल्या असाव्यात.**
- **मीठ, साखर, मसाले हे गॅस बंद करून मगच फोडणीत घालावेत म्हणजे सगळीकडे लागतात.**
- **हळदही फोडणी उतरवून शेवटी घालावी म्हणजे रंग काळपट होणार नाही.**
- **चिवडा कालवल्यावर पूर्ण गार झाल्याशिवाय डब्यात भरू नये.**
- **फोडणीसाठी घ्यायचे तेल सुरुवातीला थोडे कमीच घ्यावे. जरूरीप्रमाणे वरून घालता येते. पण तेलकट चिवडा चांगला लागत नाही.**

पातळ पोह्यांचा चिवडा

■ साहित्य

अर्धा किलो पातळ पोहे,
प्रत्येकी एक वाटी डाळं, दाणे,
खोबऱ्याचे काप,
दहा ते बारा चिरलेल्या मिरच्या,
आठ-दहा कढीलिंबाची पाने,
फोडणीसाठी हिंग, हळद,
जिरे, मोहरी,
दीड चमचा तीळ,
दीड चमचा मीठ,
एक चमचा पिठीसाखर,
एक मोठा डाव भरून तेल

■ कृती

पोहे दोन-तीन तास उन्हात ठेवा किंवा थोडे परतून घ्या. हल्ली बहुतेक घरी मायक्रोवेव्ह असतात. दोन मिनिटे त्यात ठेवले तरी चालेल. नंतर जाड बुडाच्या कढईत / पातेल्यात तेल घेऊन वर दिलेले फोडणीचे साहित्य, मिरच्या, कढीपत्ता घालून फोडणी करा. त्यात तीळ, डाळं, दाणे परता. मीठ, साखर घालून खाली उतरवा. नंतर पोहे घालून सर्व मिश्रण नीट हलवा. तयार चिवडा थंड झाल्यावर डब्यात भरा.

यात चुरमुरे घालायचे असतील तर १०० ग्रॅम पोहे कमी करून १०० ग्रॅम चुरमुरे घ्या. फोडणी झाल्यावर पातेले खाली उतरवून आधी चुरमुरे घालून परता. मग पोहे घाला.

पुदिनेवाला चिवडा

■ साहित्य

अर्धा किलो जाड पोहे,
तळायला तेल,
प्रत्येकी अर्धा चमचा जिरे,
मोहरी, हळद,
एक चमचा तीळ,
दीड चमचा मीठ, अर्धा चमचा
जिरेपूड, एक चमचा पिठीसाखर,
आठ-दहा मिरच्या, मूठभर पुदिना

■ कृती

पोहे तळून घ्या. पुदिना व मिरच्या एकत्र वाटून ताटलीत पसरून ठेवा. दोन-तीन तास सुकवा.

फोडणीसाठी पाव वाटी तेल घेऊन त्यात जिरे-मोहरी घालून त्यावर वाटण परतून मंद आचेवर कुरकुरीत / सुके करा. नंतर मीठ, साखर, जिरेपूड, आमचूर व तीळ घालून जरा परतवून उतरवा. त्यात पोहे घालून सर्व नीट हलवा. गार झाल्यावर डब्यात भरा.

नाशिकचा चिवडा

■ साहित्य

पाऊण किलो भाजके पोहे, प्रत्येकी अर्धी वाटी डाळं, कच्चे शेंगदाणे, खोबऱ्याचे काप, कांद्याच्या उन्हात वाळवून तयार केलेल्या पातळ लांब चकत्या, आठ-दहा लसूण पाकळ्या, आठ-दहा अमसुले, प्रत्येकी एक चमचा धणेपूड, जिरेपूड, तिखट, हळद, पिठीसाखर, तीन लवंगा, बोटाच्या पेराएवढा दालचिनीच्या तुकड्याची पावडर, दोन चमचे मीठ

■ कृती

प्रथम तेल तापवून त्यात कांदा लालसर, कुरकुरीत तळा. मग अमसुले तळून घ्या. त्याच तेलात डाळं-शेंगदाणे-खोबऱ्याचे काप तळून घ्या. लसूण ठेचून तळा. अमसुलाबरोबर लसूण बारीक करून घ्या. पाऊण वाटी तेलाची फोडणी करा. हिंग, हळद घालून उतरवा. त्यात लसूण-अमसूल गोळी, धणे-जिरेपूड, लवंग-दालचिनी पूड, तिखट, मीठ, साखर घालून नीट हलवा. मग पोहे घालून ढवळा. गार होत आल्यावर तळलेला कांदा हलके चुरून त्यात घाला. सर्व नीट हालवा. भाजक्या पोह्यांचा कमी तेलाचा तरीही खमंग चिवडा तयार. पूर्ण गार झाल्यावर डब्यात / बरणीत भरा.

भडंग

■ साहित्य

अर्धा किलो कोल्हापुरी जाड चुरमुरे,
एक वाटी भाजलेले दाणे,
अर्धी वाटी डाळं,
पाव वाटी खोबऱ्याचे काप,
अर्धी वाटी तेल,
फोडणीचे साहित्य,
दीड चमचा मीठ, एक चमचा पिठीसाखर

■ भडंग मसाला :

एक लवंग,
बोटभर लांब दालचिनी,
एक चमचा जिरे, एक चमचा धणे,
तीन-चार चमचे तयार मेतकूट,
दोन चमचे तिखट

■ कृती

लवंग, दालचिनी, धणे, जिरे यांची पूड करा. त्यात मेतकूट, लाल तिखट मिसळा. तेल गरम करून फोडणीचे साहित्य घालून फोडणी करा. त्यात दाणे, डाळं, खोबऱ्याचे काप परता. त्यानंतर पातेले खाली उतरवून मीठ, साखर, भडंग मसाला घाला. चुरमुरे घालून नीट हलवा. तयार चिवडा गार झाल्यावर डब्यात भरा.

कोथिंबीर चिवडा

■ साहित्य

अर्धा किलो जाड पोहे,
अर्धा चमचा आमचूर,
एक चमचा पिठीसाखर,
दोन चमचे धणे पावडर,
एक वाटी चिरलेली कोथिंबीर,
बारीक चिरलेल्या सात-आठ हिरव्या मिरच्या, दीड चमचा मीठ,
फोडणीसाठी अर्धा चमचा जिरे-मोहरी-हळद, एक चमचा चाट मसाला, तळण्यासाठी तेल

- **कृती**

पोहे तळून कागदावर काढा. कढईत पाव वाटी तेल ठेवून उरलेले बाजूला काढा. कढईतल्या तेलात कोथिंबीर तळून कुरकुरीत करा. मग मिरच्या, जिरे, मोहरी, हळद घालून फोडणी करून खाली उतरवा. धणे पावडर, मीठ, साखर घालून ढवळा. पोहे घाला. त्यावर कोथिंबीर, आमचूर, चाट मसाला घालून सर्व नीट कालवा.

महाराणी चिवडा

हा चिवडा प्रकार म्हणजे आईस्क्रीममध्ये फळे, सॉस घालून संडे तयार करतात तसेच एक स्पेशल मिश्रण आहे. खास 'दिवाळसणासाठी स्पेशल'.

- **साहित्य**

चार वाट्या तळलेले पोहे,
एक वाटी डाळमूठ,
प्रत्येकी अर्धी वाटी तळलेले काजू,
तळलेले दाणे, केशरी (खारी) बुंदी,
पालक (हिरवी) शेव,
मूठभर बेदाणे,
दीड चमचा मीठ,
एक चमचा पिठीसाखर

- **फोडणीसाठी**

अर्धी वाटी तेल,
चार-पाच कढीपत्त्याची पाने,
आठ-दहा हिरव्या मिरच्यांचे तुकडे,
जिरे, मोहरी,
अर्धा चमचा हळद,
अर्धा चमचा हिंग,
एक चमचा धणे-जिरे पूड,
पाव चमचा गरम मसाला

- **कृती**

तेल गरम करून त्यात जिरे-मोहरी-हिंग घाला. त्यात डाळं, कोथिंबीर परता. तीळ टाकून हळद घालून खाली उतरवा. नंतर धणे-जिरे पावडर, गरम मसाला, मीठ, साखर घालून प्रथम पोहे, शेंगदाणे, काजू, बेदाणे घाला. नीट हलवा. शेवटी डाळमूठ, बुंदी घालून सर्व मिश्रण नीट हलवा. स्पेशल रंगीबेरंगी चिवडा तयार.

लक्ष्मीनारायण चिवडा (जाड पोह्यांचा तळून)

- **साहित्य**

अर्धा किलो जाड पोहे, एक वाटी भाजून सोललेले शेंगदाणे, प्रत्येकी अर्धी वाटी डाळं, काजू तुकडा, खोबऱ्याचे काप, मूठभर बेदाणे, दोन चमचे तीळ, प्रत्येकी एक चमचा धणे-जिरेपूड, पाव चमचा भरडलेली बडीशेप, दहा-बारा हिरव्या मिरच्यांचे तुकडे, मीठ, साखर, मूठभर कोथिंबीर, अर्धा चमचा लाल तिखट, तळण्यासाठी तेल

- **कृती**

कढईत तेल घेऊन त्यात पोहे तळायची गाळणी घालून पोहे तळून घ्या. त्याच तेलात डाळं-शेंगदाणे-खोबऱ्याचे काप-काजू-बेदाणे तळून घ्या. पाव वाटी तेल शिल्लक ठेवून उरलेले बाजूला ठेवा. कढईतल्या तेलात जिरे, मोहरी, चमचाभर हिंग, हळद, मिरच्या, तीळ घाला. कोथिंबीर परता. खाली उतरवून धणे-जिरे पावडर, मीठ, पिठीसाखर घाला. बाकी इतर साहित्य घालून नीट कालवून एकत्र करा. तयार चिवडा गार झाल्यावर डब्यात / बरणीत भरा.

भाजक्या पोहयाचा चिवडा

- **साहित्य**

अर्धा किलो भाजके पोहे, डाळं भाजलेले शेंगदाणे-खोबऱ्याचे काप सर्व मिळून दोन वाट्या, वाटीभर हिरव्या मिरच्यांचे तुकडे (चवीनुसार कमी जास्त करा), एक चमचा किसलेले आले, दोन-तीन अमसुले, चमचाभर धणे, थोडे काजू-बेदाणे (ऐच्छिक), १० ते १५ कढीलिंब पाने, तेल, फोडणीचे साहित्य, मीठ-पिठीसाखर चवीनुसार

■ कृती

वाटीभर तेल कढईत घेऊन, त्यात काजू, शेंगदाणे, खोबरे, कढीलिंब, मिरच्यांचे तुकडे, अमसूल, आले सगळे वेगवेगळे तळून कुरकुरीत करून घ्या. त्याच तेलात जिरे, मोहरी, हिंग, हळद घालून फोडणी करून घ्या. कढई खाली उतरवून त्यात तीळ व डाळे घाला. अमसूल व आल्याची मिक्सरवर बारीक पेस्ट करून घ्या. कढीपत्ताही बारीक करून घेतला तरी चालेल. आता पोहे, मीठ, साखर, फोडणी व इतर साहित्य एकत्र करून नीट कालवा. कालवताना मिरच्या थोड्या चुरून घ्या. गार झाल्यावर चिवडा डब्यात भरा.

मका बटाटा चिवडा

■ साहित्य

तीन फुलपात्रे मक्याचे पोहे,
दीड फुलपात्रे सुकवलेला बटाट्याचा जाड कीस,
दीड चमचा मीठ,
अडीच चमचे हिरवी मिरचीचे जाडसर वाटण, दोन चमचे आमचूर, दीड चमचा पिठीसाखर,
शेंगदाणे-काजू-बेदाणे सर्व मिळून दीड फुलपात्र,
१०-१२ कढीलिंबाची पाने,
तळण्यासाठी तेल,
एक चमचा हिंग, पाव वाटी तीळ

■ कृती

तेल गरम करून मक्याचे पोहे तळून परातीत घ्या. तसेच बटाटा कीस तळून घ्या. त्यानंतर शेंगदाणे-काजू तळून घ्या. कढीलिंब तळून कुरकुरीत करून वेगळ्या ताटलीत ठेवा. कढईत दोन-तीन चमचे तेल ठेवून बाकीचे काढून घ्या. कढईतील तेलात मिरचीचे वाटण चुरचुरीत परता. ओलेपणा पूर्ण जाऊ द्या. (याकरिता मिरच्या आदल्या दिवशी उन्हात ठेवून सुकवून मग वाटा.) गॅस बारीक करून त्यातच हिंग घालून गॅस बंद करा.

गार झाल्यावर इतर सर्व साहित्य घालून हे वाटण आणि कढीलिंब घालून नीट कालवा. तयार चिवडा डब्यात भरा.

मक्याचा चिवडा

हल्ली बाजारात मक्याचे पोहे मिळतात. पण ते तळून त्याचा चिवडा करावा लागतो. हे टाळण्यासाठी तयार कॉर्नफ्लेक्सची जी पाकिटे बाजारात मिळतात ती घेऊन, त्याचा चिवडा करावा. मुख्य म्हणजे ती भाजलेल्या कॉर्नफ्लेक्सची असल्याने तेलाचा वापर कमी होतो.

▪ साहित्य

पाव किलो कॉर्नफ्लेक्सची दोन पाकिटे (कारण मोठे पाकीट ४०० ग्रॅमचे असते), दीड वाटी भाजून सोललेले शेंगदाणे, एक वाटी डाळं, अर्धी वाटी काजू तुकडा, बारीक चिरलेल्या पाच ते सात हिरव्या मिरच्या, अर्धा चमचा लाल तिखट, दीड ते पावणे दोन चमचे मीठ, एक चमचा भरून पिठीसाखर, १५-२० कढीलिंबाची पाने, एक चमचा हिंग, अर्धा चमचा धणे, दोन चमचे तीळ, अर्धा चमचा आमचूर पावडर, फोडणीचे साहित्य, पाऊण वाटी तेल (शक्यतो रिफाइन्ड), धुवून, चिरून सुकवलेली कोथिंबीर

▪ कृती

जाड बुडाच्या पातेल्यात तेल तापवून त्यात फोडणीचे साहित्य, हळद, धणे, मिरच्या, कढीपत्ता घालून परता. त्यातच काजू, दाणे, डाळं घालून परता. परतताना कोथिंबीरसुद्धा घाला. गॅस मंदच असू द्या. दाणे गुलाबी झाल्यावर मीठ, साखर, आमचूर पावडर घालून अर्धा मिनिट हलवा. पातेले खाली उतरवून कॉर्नफ्लेक्स घालून सर्व मिश्रण नीट हलवा. पूर्ण गार झाल्यावर डब्यात / बरणीत भरा.

शेव, गाठ्या, पापड्या

शेव

चिवडा-चकलीला जोडून येणारा पदार्थ म्हणजे शेव. शेवेलाच हिंदीत 'भूजिया' म्हणतात. शेव बेसनाची केली जाते. पण गुजरात, राजस्थानात मटकीच्या पिठाचीसुद्धा करतात. काही प्रदेशात बेसनामध्ये मक्याचे पीठही मिसळतात.

शेवेचे चवीनुसार, जाडीनुसार, रंगामुळे, त्यात पडणाऱ्या पदार्थांमुळे, मसाल्यांमुळे अनंत प्रकार आहेत. म्हणजे तुमच्या कल्पना शक्तीला स्वैर सोडून तुम्ही दरवेळी वेगळा शेव प्रकार करू शकता. पालक, कोथिंबीर, बटाटा, टोमॅटो, लसूण, मेथी, मिरची, लवंग, जाड, बारीक, नायलॉन पट्टीची कराल तशी शेव होते. शेव करताना काही गोष्टी मात्र अवश्य लक्षात ठेवाव्यात :

- **शेवेचे पीठ फार सैल नको. गुठळ्या पडतात.**
- **तसेच फार घट्ट पीठ असले तर पाडायला त्रास होतो.**
- **शेवेत घालायचे मसाले व पीठ दोन-तीन वेळा चाळले तर शेव हलकी होते.**
- **शेवेचे पीठ एकदम खूप भिजवू नये. भिजवल्याबरोबर लगेच करायला घ्यावे, फार वेळ भिजले तर तेवते (मऊ पडते) .**
- **शक्यतो पीठ ताजे घ्यावे.**
- **मुख्य म्हणजे त्यात सोडा/मोहन काही घालावे लागत नाही. (पीठ**

ताजे नसेल तरच मऊ पडते.)

- शेवेची बारीक, मध्यम व पट्टीची जाळी वापरून वेगवेगळ्या आकाराची शेव करावी.

आचाऱ्याप्रमाणे करायची शेव (जरा बारीक)

- साहित्य

दोन वाट्या डाळीचे पीठ,
चिमूटभर जिलेबीचा रंग,
एक चमचा मीठ,
अर्धा चमचा ओव्याची वस्त्रगाळ पूड,
अर्धी वाटी मक्याचे पीठ मैद्याच्या चाळणीने चाळून (कॉर्नफ्लॉवर नाही),
चिमूटभर सोडा,
एक चमचा तेल

- कृती

परातीत मीठ व तेल हाताने थोडे फेसा. त्यातच सोडाही फेसा. मग रंग फेसून पिठे, ओवा पावडर घाला. अळुवडीवर पसरायला करतो त्यापेक्षा थोडे घट्ट, पण कणकेपेक्षा सैलसर असे पीठ भिजवा. आता तेल तापल्यावर एक झारा घेऊन त्यावर डावभर पीठ घेऊन तो झारा तेलावर धरून हाताने झाऱ्यावरच पीठ किसल्याप्रमाणे घासावे म्हणजे शेव पडते. ही शेव फार तळायची नसते. मंद आचेवर रंग न बदलता तळून काढा.

पारंपरिक साधी (नेहमीची) शेव

- साहित्य :

दोन वाट्या डाळीचे पीठ,
एक चमचा तिखट,
प्रत्येकी अर्धा चमचा हळद-हिंग

- **कृती**

सर्व पदार्थ एकत्र करून पीठ कणकेप्रमाणे भिजवा लगेचच गरम तेलात शेव तळा. शेव टाकताना गॅस बारीक व लगेचच मध्यम करा. म्हणजे शेवेचा रंग चांगला राहतो व ती कुरकुरीतही होते.

बिकानेरी (राजस्थानी) शेव

- **साहित्य**

एक वाटी मटकीचे पीठ,
पाव वाटी बेसन,
चार-पाच जिरे जाडसर कुटून,
अर्धा चमचा मीठ,
चमचाभर धणे पुड,
पाव वाटी गरम तूप

- **कृती**

सर्व साहित्य एकत्र करून घट्ट भिजवून जाड जाळीने शेव पाडा.

कांद्याची शेव

नेहमीचे शेवेचे पीठ भिजवताना अर्धे पाणी व अर्ध्या कांद्याचा रस, लगदा घ्या.

रतलामची झणझणीत शेव

या शेवेची खासियत म्हणजे तिखटपणासाठी यात लवंगेची पावडर वापरली जाते. शिवाय ही बारीक असते, त्यामुळे बेसनही मैद्याच्या चाळणीने चाळून घेतात. गरम तेलाचे मोहन घालून पीठ भिजवतात.

- **कृती**

दोन वाट्या डाळीचे पीठ, एक टे. स्पून तेल कडकडीत गरम करून, एक चमचा लवंगपूड एक चमचा मीठ हे सर्व घट्ट भिजवून बारीक जाळीने शेव करा.

पुदिनेवाली शेव

ही शेव पंजाबी लोकांत फार प्रिय आहे. यासाठी नेहमीच्या शेवेतच वाटलेला पुदिना व कोथिंबिरीची गोळी वापरावी.

साधी फिकी शेव

- **साहित्य**

एक वाटी डाळीचे पीठ,
अर्धा चमचा मीठ,
अर्धा चमचा ओवा पूड,
थोडीशी हळद

- **कृती :**

पीठ पोळीच्या कणकेप्रमाणे भिजवून शेव करा. तळताना उगीचच उलटपालट करू नका. एक बाजू झाल्यावर दुसरी उलटा मगच काढा. फार लाल नको.

तिखट शेव

वरच्याच प्रमाणात अर्धा चमचा तिखट घालून शेव करा.

कणकेची शेव

- **साहित्य**

दोन वाट्या कणीक,
चमचाभर ओव्याची पूड,
दोन टे. स्पून लोणी,
चवीप्रमाणे मीठ व तळण्यासाठी तेल

- **कृती**

लोणी, मीठ फेटून त्यात कणीक घालून घट्ट भिजवा. पिठाच्या वळकट्या करून शेवपात्रातून शेव पाडा.

लसूण शेव

- **साहित्य**

तीन वाट्या डाळीचे पीठ,
दीड वाटी मैदा,
दोन वाट्या उकडलेल्या बटाट्याचा लगदा,
१२-१३ लसूण पाकळ्या,
मूठभर कोथिंबीर,
सहा-सात हिरव्या मिरच्या,
दोन ते अडीच चमचे मीठ,
हळद चमचाभर,
तळण्यासाठी तेल

- **कृती**

मैदा व डाळीचे पीठ एकत्र चाळून त्याची सैलसर पुरचुंडी करून प्रेशर कुकरमध्ये चाळणीवर ठेवून दोन शिट्ट्या करून घ्या. मिरची, कोथिंबीर, लसूण, मीठ एकत्र वाटा. त्याच भांड्यात (मिक्सरच्या) वाफवलेले पीठ पहिल्या स्पीड वर चालू-बंद करत सारखे करा. नंतर सर्व साहित्य एकत्र करून घट्ट भिजवा. मध्यम आचेवर सोनेरी रंगावर शेव तळा.

मेथी शेव

यात बटाटा व बारीक चिरून मेथी किंवा कसूरी मेथीची पावडर घाला.

प्रमाण : एक वाटी चिरलेली मेथी, एक वाटी बटाटा, दोन टे. स्पून कसुरी मेथी पावडर. (कसुरी मेथी असेल तर दीड वाटी बटाटा घ्या.)

पालक शेव

सर्व पद्धत तीच, फक्त प्रत्येकी एक वाटी बटाटा व पालकाचा लगदा घ्यावा.

नागपुरी जाड, मसालेदार शेव

- **साहित्य**

दोन वाट्या डाळीचे पीठ,
प्रत्येकी एक चमचा तिखट,
मिरपूड, मीठ,
अर्धा चमचा भरडलेला ओवा,
दोन चिमटी पापडखार,
एक टे. स्पून मोहनासाठी तेल

- **कृती**

मोहन (गरम तेल) पिठात घाला. इतर सर्व साहित्य घालून कणकेइतपत घट्ट भिजवा.अर्धा तास झाकून ठेवा. सोऱ्याबरोबर जाड शेवेची जी चकती मिळते ती वापरून शेव करा. ही शेव गाठ्याप्रमाणे हलकी व खुसखुशीत होते.

गाठीया

- **साहित्य**

दोन वाट्या डाळीचे पीठ,
प्रत्येकी एक चमचा तिखट,
मिरपूड, मीठ,
अर्धा चमचा ओवा,
पाव चमचाच्या निम्मा म्हणजे
एक-अष्टमांश चमचा पापडखार
(साधारणपणे दोन चिमटी),
एक टे. स्पून तेल,
तळण्यासाठी तेल,
(आवडत असल्यास चिमूटभर हळद)

▪ कृती

एक टे. स्पून तेल गरम करा. ते घालून सर्व साहित्य एकत्र भिजवा. हे पीठ पोळ्याच्या कणकेइतपत घट्ट असावे. फार घट्ट नको. चांगले मळून घ्या. अर्ध्या तासानंतर सोऱ्याबरोबर जी गाठ्यांची जाड चकती मिळते ती लावून तळा.

फाफडा

▪ साहित्य

दोन वाट्या हरभरा डाळीचे पीठ,
अर्धी वाटी उडीद डाळ पीठ,
एक चमचा ओवा एकत्र करून घ्या.
दोन चमचे तेल,
पाव चमचा पापडखार,
अर्धा चमचा मीठ,
पाव चमचा हळद व
पाव चमचा तिखट,
तळण्यासाठी तेल

▪ कृती

एक वाटी पाण्यात पापडखार, मीठ एकत्र करा. हे पाणी व इतर साहित्य घालून लागल्यास आणखी पाणी घ्या. पुरीच्या कणकेइतपत पीठ घट्ट ठेवा. अर्ध्या तासाने तेलाचा हात लावून पीठ पुन्हा मळून घेऊन त्याच्या पातळ पुऱ्या लाटा. एका पुरीचे तीन लांब तुकडे कापून घ्या. सगळे लाटून झाल्यावर कापून तळा.

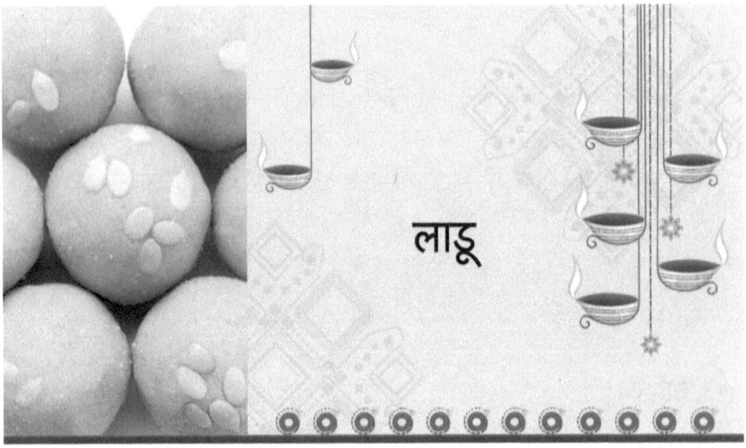

लाडू

लाडवाचे मूळ पार छांदोग्य उपनिषदापर्यंत जाते. त्यात वर्णन केलेल्या निरनिराळ्या धान्यांची पिठे, तूप, साखर किंवा गूळ घालून केलेला 'गोल' आकाराचा पदार्थ आपल्या गूळपापडीच्या लाडवाची मूळ आवृत्ती म्हटली पाहिजे. 'श्रीगणेशाला प्रिय' असा याचा उल्लेख उपनिषदात सापडतो. 'लड्डूक' नावाने भारतभर प्रिय अशा या गोड पदार्थाला संस्कृतमध्ये 'मोदक' म्हटले जाते. मोदकाचा शब्दश: अर्थ 'खाताना आनंद देणारा' असा आहे. या मोदक शब्दावरून आलेला विनोदी किस्सा (संस्कृत नाटकातील) सर्वश्रुतच आहे. प्रियेच्या अंगावर पाणी उडवणाऱ्या राजाला थांबवणाऱ्या प्रियेने त्याला 'मा–उदकम्, असे म्हणत थांबवण्याचा प्रयत्न केला तेव्हा राजाला वाटले, तिला लाडू हवे आहेत. आणि त्याने लाडूंचा वर्षाव केला.

लाडवाचा राजा 'मोतीचूर' हासुद्धा संस्कृत साहित्यात 'बिंदूमोदकम' म्हणून प्रसिद्ध आहे. लाडवांचे धार्मिक आणि सांस्कृतिक महत्त्व तर खूपच आहे. कुठल्याही शुभकार्याचे आमंत्रण गावदेवीला, गणेशाला करताना नारळ, पानसुपारी दक्षिणेबरोबर 'तिळाचा लाडू' लागतोच. लग्नात, मुंजीत रुखवतावर चुरमुरे, शेंगदाणे, डाळे, काजू यांचे मोठमोठे लाडू करायची पद्धत होती. बटूला हेच 'पाथेय' म्हणून बरोबर दिले जायचे. नवपरिणितेला घेऊन स्वगृही जाणारा नवरा मुलगाही देवाला नमस्कार करून देवासमोरचा 'लाडू–गडू' (म्हणजेच पाणी व खाणे) घेऊन प्रवासाला निघतो. अगदी सहजपणे तहानलाडू, भूकलाडू हे वाक्प्रचार आले ते यावरूनच. अर्थात, लग्न आणि लाडवाचा तर वर–वधूएवढाच घट्ट संबंध आहे. 'यंदा लाडू देणार का?' हे वाक्य 'लग्नाळू' मंडळींना बरोबर काय ते सांगून जाते. लग्नातल्या,

मुंजीतल्या वऱ्हाडी मंडळींची पाठवणीही होते ती चिवडा-लाडू बरोबर देऊनच.

खरे म्हणजे बाळाच्या चौथ्या महिन्यापासूनच त्याची लाडवाशी ओळख होते. महिन्यात बाळ मुठी वळायला लागले की घरात लाडू होत. शिवाय पहिल्या वर्षाच्या वाढदिवसाच्या आसपास बाळ चालायला लागले की आत्याकडून डबाभर लाडू यायचे – याला 'पाऊल उंडे' म्हणत.

अगदी मुलीच्या भोंडल्यातही 'वेड्याच्या बायकोने लाडू केले किंवा हरीच्या नैवेद्याच्या केलेल्या जिलेबीच्या बिघडलेल्या पाकाचे लाडूच व्हायचे. नैवेद्यातही लाडवात 'बेसन आणि तीळ' लाडू महत्त्वाचे. लक्ष्मीपूजनाला 'बेसन लाडू हवेतच!' संक्रांत देवापुढे, गणपतीपुढे तिळाचे लाडू हवेतच.

साखर, गूळ, तूप याबरोबरच रवा, बेसन, खवा, खोबरे, आळीव, काजू, बदाम, बेदाणे, बुंदी, खारका, मेथ्या अशी अनेक धान्यपिठे वापरून लाडू केले जातात. असेच काही प्रकार इथे दिले आहेत.

तंबिटाचे लाडू

▪ साहित्य

एक वाटी कणीक,
एक वाटी डाळीचे पीठ,
दीड तूप वाटी,
दीड वाटी गूळ,
अर्धी वाटी भाजलेली खसखस,
दोन चमचे सुक्या खोबऱ्याचा कीस,
दीड चमचा जायफळ पूड,
दोन चमचे भाजलेले तीळ

▪ कृती

अर्ध्या तुपात बेसन व कणीक वेगवेगळी खरपूस भाजून घ्या. खोबऱ्याचा कीस, तीळ, खसखस कोरडेच भाजून त्याची पूड करा. गुळात चार चमचे पाणी घालून पाक करा. गूळ पातळ झाल्यावर त्यातच सर्व साहित्य घालून खाली उतरवून हलवा. मिश्रण थोडे कोमट झाल्यावर लाडू वळा.

बुंदीचे लाडू

- **साहित्य**

प्रत्येकी दोन कप बेसन-तूप,
दीड कप साखर,
वेलची पूड,
केशर पूड,
बेदाणे, बदाम काप,
चिमूटभर केशरी रंग

- **कृती**

बेसन, केशरी रंग यात पाणी घालून भजीच्या पिठाइतपत घट्ट भिजवा. जरा भिजू द्या. मग कढईत तूप गरम करा. झाऱ्यावर डावभर पीठ टाकून कढईवर आपटा म्हणजे तुपात बुंदी पडतात. मंद आचेवर कुरकुरीत तळा. जर स्टीलच्या भोकांच्या चहा गाळणीने बुंदी पाडल्या तर मोतीचुराप्रमाणे बारीक पडतात. सर्व बुंदी एका ताटात काढा. दरम्यान साखरेत निम्मे पाणी घालून एक तारीच्या थोडा पुढे असा पाक करा. त्यात वेलची, केशर, बेदाणे, बदाम, बुंदी घाला. थोडा वेळ मुरल्यावर लाडू वळा.

रव्याचे लाडू

- **साहित्य**

दीड वाटी बारीक रवा,
एक वाटी साखर,
पाऊण वाटी सायीसकट दूध,
काजू तुकडे, बेदाणे,
वेलची पूड,
तीन टे. स्पून तूप

- **कृती**

रवा तुपावर गुलाबी भाजा. तोपर्यंत साखरेत दूध घालून पाक करायला ठेवा. एक तारी पाक होण्यापूर्वीच गॅस बंद करा. दुधामुळे पाक फुटल्यासारखा वाटेल. पण काळजी नको. त्यात भाजलेला रवा, वेलची पूड घालून नीट हलवा. मिश्रण १५-३० मिनिटे मुरू द्या. लाडू वळण्याइतपत घट्ट झाल्यावर काजू-बेदाणे लावून लाडू वळा.

रवा नारियल लड्डू

- **साहित्य**

एक वाटी रवा,
पाऊण वाटी साखर,
एक वाटी खवलेल ओले खोबरे,
दोन टे. स्पून तूप वेलची पूड,
केशर ऐच्छिक,
काजू-पिस्ते-बेदाणे

- **कृती**

रवा तुपावर खमंग भाजा. गुलाबी झाला की त्यात खवलेले ओले खोबरे घालून भाजा. दरम्यान साखर बुडेल एवढेच पाणी घालून एक तारी पाक होण्यापूर्वी गॅस बंद करा. रवा, खोबरे, वेलची, केशर घालून मुरू द्या. मिश्रण लाडू वळण्याइतपत घट्ट झाल्यावर लाडू वळा.

नारियल लड्डू

- **साहित्य**

दोन वाट्या ओल्या नारळाचा चव,
दीड वाटी डेसिकेटेड कोकोनट,
पाव वाटी तूप,
अडीच वाट्या साखर,
थोडे (दोन टे. स्पून) क्रीम,
केशर, वेलची,
दोन चमचे काजू भरड

■ कृती

सर्व साहित्य एकत्र करून तूप गरम करून शिजवत ठेवा. मंद आचेवर ढवळत राहा. कडेने तूप सुटून गोळा व्हायला लागल्यावर त्यात वेलची, केशर मिसळा. थोडे कोमट झाल्यावर लाडू वळून डेसिकेटेड कोकोनटमध्ये हवे तर घोळा.

पंढरपुरी डाळ्याचे लाडू

■ **साहित्य**

चार वाट्या पंढरपुरी डाळे, अडीच वाट्या पिठी साखर, अर्धी ते पाऊण वाटी तूप, वेलची पूड, बेदाणे

■ कृती

डाळं मिक्सरवर किंचित रवाळ असे बारीक करून घ्या. मिक्सरच्या चटणीच्या भांड्यात आधी तूप फेटा. मग पिठीसाखर घालून एकदाच फिरवा. त्यातच वेलची पूड घाला. हे मिश्रण तसराळ्यात घेऊन त्यात डाळ्यांची पावडर छान मिसळावी. नंतर लाडू वळा.

पाकातले बेसन लाडू

■ **साहित्य**

दोन वाट्या थोडे जाडसर डाळीचे पीठ, दीड वाटी साखर, अर्धी वाटी तूप, पाव वाटी दूध, काजू-बेदाणे-वेलची पूड

■ कृती

नेहमीप्रमाणे तुपावर डाळीचे पीठ खरपूस भाजा. भाजत आल्यावर दुधाचे दोन-तीन हबके द्या. त्यामुळे पीठ फुलते. साखर बुडेल एवढेच पाणी घालून साखरेचा एक तारी पाक करा. वेलची पूड घाला. भाजलेले पीठ घालून ढवळा. मिश्रण कोमट झाल्यावर बेदाणे, काजू लावून लाडू वळा.

बिनपाकाचे रव्याचे लाडू

■ **साहित्य**

प्रत्येकी दोन वाट्या बारीक रवा, ओले खवलेले खोबरे, अर्धी वाटी दूध, तूप, पिठीसाखर, दीड वाटी वेलची पूड, बेदाणे, काजू तुकडा

■ **कृती**

बारीक रव्याला तूप चोळून मायक्रोवेव्हमध्ये मिडीयम ६०० अंशावर दोन मिनिटे भाजा. बाहेर काढून त्यावर थोडे दूध शिंपडा. नारळाचा चव घाला. पुन्हा एक मिनिट मायक्रोवेव्हमध्ये भाजा. बाहेर काढून त्यावर दूध शिंपडा. वेलची पूड, काजू, बेदाणे घालून गरम असतानाच साखर मिसळा. मिश्रण १० मिनिटे तरी झाकून ठेवा. नंतर लाडू वळा. हे लाडू मायक्रोवेव्ह नसेल तर कढईतही करता येतात. विशेषतः नाशिक भागात असे बिनपाकाचे लाडू केले जातात.

कणकेचे लाडू

■ **साहित्य**

दोन वाट्या कणीक, मोठा चमचा भरून खसखस, दोन वाट्या पिठीसाखर, मूठभर काजू, बदाम काप (ऐच्छिक), प्रत्येकी अर्धी वाटी खारीक पावडर, थोडे बेदाणे, सुक्या खोबऱ्याचा कीस, तूप, अर्धा चमचा वेलची पूड

■ **कृती**

तुपावर कणीक भाजून घ्या. खसखस, खोबरे वेगवेगळे भाजून मिक्सरवर अगदी बारीक करा. कणीक भाजत आली की त्यात खारीक पावडर घालून एक-दोन मिनिटे परता. खाली उतरवून त्यात उर्वरित साहित्य घालून लाडू वळा. मिश्रण कोरडे वाटल्यास त्यात थोडे गरम तूप घाला. हे लाडू एक-दीड महिना टिकतात. अत्यंत चविष्ट असे हे लाडू आहेत.

गूळपापडीचे लाडू

हे कणीक किंवा तांदूळ पिठी दोन्हींचेही करतात. पद्धत एकच आहे. फक्त उत्तम चवीसाठी आणि वासासाठी तूप कढवल्यावर लगेच केले तर फारच सुरेख लागतात.

- **साहित्य**

कणीक किंवा पिठी दोन वाट्या, चिरलेला पिवळाधमक गूळ दोन वाट्या, तूप एक वाटी, वेलची पूड चिमूटभर

खरे तर जायफळाचा स्वाद जास्त चांगला लागतो किंवा काहीही न घालताही लोणकढी तुपाचा स्वाद जास्त चांगला लागतो.

- **कृती**

कणीक / तांदूळ पिठी कोरडीच खमंग भाजून घ्या. गूळ कढईत घालून त्यावर चमचाभर पाणी टाकून गरम करा. गूळ विरघळल्यावर गॅस बंद करा. गूळ व कणीक / तांदूळ पिठी एकत्र कालवून घ्या. त्यावर गरम उकळते तूप ओता. लगेच व्यवस्थित मिसळून लाडू वळा.

काजूचे लाडू (मालवणी)

- **साहित्य**

दीड वाटी साखर, अर्धी वाटी काजू पूड,

दोन वाट्या काजू तुकडा, थोडी वेलची पूड आणि केशर

- **कृती**

साखरेत पाऊण वाटी पाणी घालून एक तारी पाक तयार करा. त्यात सर्व साहित्य घालून हलवा. थोडे थंड झाल्यावर लाडू वळा.

बदाम लाडू

साहित्य व कृती वरील काजूच्या लाडवाप्रमाणे. फक्त काजूऐवजी बदाम वापरून लाडू करा.

पंचखाद्याचे लाडू

▪ **साहित्य**

प्रत्येकी एक वाटी काजू, खारीक, बदाम पावडर, दोन वाट्या खडीसाखरेची पावडर, पिस्त्याचे थोडे काप, वेलची पूड, अर्धी वाटी बाजारी खोबरा कीस, चार चमचे तूप, बिया काढून मिक्सरवर बारीक करून घेतलेला अर्धी वाटी खजूर

▪ **कृती**

प्रथम दोन चमचे तुपावर खारीक-बदाम-काजू पूड फक्त दोन-तीन मिनिटे भाजून घ्या. नंतर तुपावर खजूर परतून घ्या. त्यातच खोबरे थोडे परता. मिश्रण उतरवून नीट हलवा. उर्वरित साहित्य घालून मध्यम आकाराचे लाडू वळा.

बेसन- खोबरे लाडू (कोल्हापुरी)

▪ **साहित्य**

दोन वाट्या हरभरा डाळ, एक वाटी खोवलेला नारळ, पाव वाटी काजू चुरा, अर्धी वाटी / एक टे. स्पून तूप, दोन वाट्या साखर, वेलची पूड, बेदाणे, अर्धी वाटी दूध

- **कृती**

स्वच्छ आणि भरपूर पाण्यात हरभरा डाळ चार ते पाच तास भिजत घाला. नंतर निथळून घेऊन अगदी बारीक होईपर्यंत मिक्सरवर वाटा. नॉनस्टिक कढईत तूप पातळ करा. त्यात डाळ चांगली गुलाबी खमंग परता. त्यातच नारळाचा चव परतून घ्या. दरम्यान साखरेत अर्धी वाटी दूध आणि अर्धी वाटी पाणी घालून त्याचा दोन तारी पाक तयार करा. खाली उतरवून त्यात सर्व साहित्य घालून मिश्रण नीट ढवळून ठेवा. मिश्रण मुरायला दोन-तीन तास लागतात. त्यानंतर लाडू वळा.

रवा-बटाटा लाडू

- **साहित्य**

दोन बटाट्यांचा उकडून लगदा,
दीड वाटी बारीक रवा,
दीड वाटी साखर,
पाणी, वेलची पूड,
अर्धी वाटी / दोन टे. स्पून तूप

- **कृती**

रवा व बटाट्याचा लगदा तुपावर वेगवेगळे भाजा. साखर बुडेल एवढेच पाणी घालून एकतारी पाकापेक्षा थोडा जास्त पाक करा. रवा-बटाट्याचा लगदा व इतर सर्व साहित्य घालून नीट हलवून ठेवा. अर्ध्या-पाऊण तासाने लाडू वळा.

पनीर-खोया लड्डू

- **साहित्य**

प्रत्येकी पाव किलो खवा-पनीर,
एक कप पिठीसाखर,
अर्धी वाटी दुधाचा मसाला (नसल्यास वेलची पूड-जायफळ-केशर-पिस्ता काहीही चालेल). हा मसाला किती घालायचा हे ऐच्छिक आहे.
२० पेपर कप,
एक टे. स्पून तूप

■ कृती

चीजच्या किसणीवर खवा किसून घ्या. एका जाड बुडाच्या कढईत तूप टाकून मंद आचेवर रंग बदलू न देता परता. दरम्यान पनीरही किसून घ्या. खूप मळून मऊ करा. त्यातच भाजलेला खवा, पिठीसाखर व दुधाचा मसाला घालून गोळा मळा. या मिश्रणाचे २० गोळे तयार करून त्याचे छोटे-छोटे लाडू वळा. इच्छेनुसार वर्खाचा कागद लावा. नाहीतर दुधाच्या मसाल्यात हलकेच घोळवून पेपर कपमध्ये ठेवा. हे लाडू अत्यंत चविष्ट आणि देखणे होतात.

वाटल्या डाळीचे लाडू (वऱ्हाडी)

■ साहित्य

दोन वाट्या चणा डाळ,
दीड वाटी साखर,
पाव वाटी पिठीसाखर,
पाऊण वाटी तूप,
केशर, काजू, बदाम तुकडे (ऐच्छिक), बेदाणे, वेलची पूड

■ कृती

हरभरा डाळ सात-आठ तास भिजवून चाळणीवर निथळत ठेवा. मिक्सरवर रवाळ-जाडसर बारीक करा. क्रमांक एकच्या स्पीडवरच चालू-बंद करतच डाळ बारीक करा म्हणजे ती मोकळी आणि रवाळ होते. आता जाड कढईत तूप टाकून थोडे गरम झाल्यावर वरील डाळ घाला. तूप फार गरम होऊ देऊ नका. मंद आचेवर सतत हलवत खमंग परता. एकीकडे साखरेत पाणी घालून दोन तारी पाक तयार करा. त्यात केशर, वेलची पूड घाला. परतलेले डाळीचे मिश्रण घालून नीट हलवून ठेवा. चार-पाच तास मिश्रण मुरल्यावर त्यात थोडी पिठीसाखर घालून नीट हलवून लाडू वळा.

लेमन लड्डू

■ साहित्य

२५० ग्रॅम व्हाईट चॉकलेट,
पाव कप क्रीम,
दोन सपाट टे. स्पून लोणी,
दोन टे. स्पून साध्या स्पंज केक्चा चुरा,
एक टी स्पून लिंबाची फक्त पिवळी साल किसून (अगदी वरवर किसावे. पांढऱ्या भागापर्यंत किसू नये. म्हणजे कटवटपणा येणार नाही.)

■ कृती

एका जाड बुडाच्या नॉनस्टिक पॅनमध्ये क्रीम आणि लोणी घालून गरम करा. गॅस बारीक असावा. सतत ढवळत राहा. लोणी पूर्ण विरघळल्यावर थोडा गॅस मोठा करून उकळी आणून उतरवा. दरम्यान व्हाईट चॉकलेट किसून घ्या. त्यातील एक-पंचमांश बाजून ठेवून उरलेले या मिश्रणात ओता. चांगले फेटत मिसळा. जरा जाड वाटायला लागल्यावर केकचा चुरा, लिंबाची किसलेली साल मिसळून गार करा. मिश्रण अर्धा तास फ्रीजमध्ये ठेवा. मधूनमधून हलवत रहा. लाडू वळण्याइतपत घट्ट झाल्यावर बाहेर काढून लहान आकाराचे लाडू वळा. हे लाडू चॉकलेटच्या किसात घोळवून दाबून घ्या. पुन्हा अर्धा तास फ्रीजमध्ये ठेवा. हे लाडू फ्रीजमध्ये ठेवल्यास दोन आठवडे टिकतात.

चॉकलेट लड्डू

■ साहित्य

पाव किलो कुकिंग डार्क चॉकलेट तुकडे करून किंवा जाड किसणीने किसून,
अर्धा कप + एक टे. स्पून क्रीम,
सहा टे. स्पून ड्रिंकींग चॉकलेट,
एक वाटी चॉको कॉर्नफ्लेक्स,
अर्धी वाटी अक्रोडचा चुरा,
एक चमचा व्हॅनिला इसेन्स

▪ कृती

एका नॉनस्टिक पॅनमध्ये क्रीम घालून मंद गॅसवर ठेवून तिला उकळी आणा. खाली उतरवून त्यात व्हॅनिला, कुकिंग चॉकलेट, अर्धा अक्रोड चुरा घालून घोटून घ्या. मधूनमधून थोडे ड्रिंकींग चॉकलेट घालत जा व घोटा. जरा गार झाल्यावर अर्धा तास फ्रीजमध्ये ठेवा. लाडू वळण्याइतपत घट्ट झाल्यावर बाहेर काढा. दरम्यान चॉको कॉर्नफ्लेक्स मिक्सरवर भरडभरड बारीक करून त्यात अक्रोडचा चुरा मिसळून एका बाऊलमध्ये घ्या. चॉकलेटचा लाडू वळल्यावर या मिश्रणात घोळून दाबून पुन्हा १५-२० मिनिटे फ्रीजमध्ये ठेवा.

कडक बुंदीचे लाडू (मुंबई स्पेशल)

▪ साहित्य

दोन वाट्या डाळीचे पीठ, वेलची पूड, चिमूटभर मीठ, दीड वाटी चिक्कीचा गूळ, पाव वाटी पाणी, बुंदी तळण्यासाठी तूप

▪ कृती

डाळीच्या पिठात मीठ घालून चाळून घ्या. त्यात पाणी घालून भजीप्रमोण सरसरीत भिजवा. कढईत तूप गरम करून झाऱ्यावर डावाने पीठ घालून झारा तुपावर धरून कढईवर आपटून बुंदी पाडून तळून घ्या. चिक्कीच्या गुळात पाव वाटी पाणी घालून एकतारी पाक करा. त्यात वेलची पूड घाला. तयार बुंदी मिसळा. नीट ढवळून थोडे गार होऊ द्या. नंतर नेहमीच्या लाडवापेक्षा थोडे लहान लाडू वळा. हे लाडू १५ दिवसांपेक्षा जास्त दिवस टिकतात.

खजूर-पनीर लाडू

▪ साहित्य

दीड कप किसलेले पनीर, तीन कप (बी काढून) खजूर, अर्धा कप पिठीसाखर, अर्धी वाटी बाजारी खोबरा कीस, तीन चमचे क्रीम, अर्धा चमचा वेलची पावडर

■ कृती

खजूर चिरून घ्या. मिक्सरमध्ये चटणीच्या भांड्यातून फिरवून बारीक करा. खजुराचा लगदा, खोबऱ्याचा कीस आणि पनीर घालून दोन-तीन मिनिटे परता आणि खाली उतरवून ठेवा. कोमट झाल्यावर त्यात पिठीसाखर (आवडीनुसार सुका मेवा) आणि वेलची पूड घालून नीट मळा व लाडू वळा. हे लाडू खोबऱ्याच्या किसात घोळवा. हे लाडू करायला अतिशय सोपे व रुचकर आहेत.

श्यामश्वेत मलई लड्डू

■ साहित्य

पाव किलो पनीर,
अर्धा कप साखर,
अर्धा कप साय,
एक चमचा कॉर्नफ्लॉवर,
एक चमचा ड्रायफ्रूट इसेन्स,
पाव किलो खास मस्कती काळा बिनबियांचा खजूर,
थोडी काजू पावडर

■ कृती

पनीर किसून त्यात साय, साखर व कॉर्नफ्लॉवर मिसळा. हे मिश्रण नॉनस्टिक भांड्यात घालून मंद गॅसवर ठेवा. सतत ढवळत राहा. गोळा होत आल्यावर खाली उतरवा. जरा गार होऊ द्या. त्यात ड्रायफ्रूट इसेन्स घाला. एका ताटलीत खजूर घेऊन त्यात काजू पावडर घालून हाताने त्याचे तिळाच्या लाडवाएवढे लाडू तयार करा. गार झालेल्या पनीर मिश्रणाचा लिंबाएवढा गोळा घेऊन त्याची पारी तयार करा. त्यात खजूर लाडू ठेवून पारी बंद करा. तयार लाडू काजू पावडरमध्ये घोळवा. खायला देताना कापून पेपर कपमधून द्या.

खवा-रवा लाडू

■ साहित्य

एक वाटी रवा,
पाव वाटी दूध,
एक चमचा साखर,
दोन चमचे मिल्क पावडर,
पाव चमचा वेलची पूड,
१५ ते २० बेदाणे,
दोन चमचे तूप,
पाव वाटी दूध

■ कृती

दोन चमचे तुपावर रवा खमंग भाजा. गॅस बारीक असावा म्हणजे रंग फारसा बदलत नाही. दरम्यान साखरेत पाव वाटी दूध आणि दोन चमचे पाणी घालून एक तारी पाक तयार करा. तयार पाक बरोबर दीड मिनिटे गॅसवर उकळल्यावर गॅस बंद करा. गरम पाकात रवा, मिल्क पावडर घालून मिसळा. वेलची पावडर टाका. मिश्रण आळून येण्यासाठी थोडा वेळ तसेच ठेवा. बेदाणा लावून लाडू वळा. या मिश्रणाचे साधारण बारा ते पंधरा लाडू होतील. यातील मिल्क पावडर व पाकातील दुधामुळे खव्याची चव येते.

बेसन लाडू

■ साहित्य

दोन वाट्या बेसन, अर्धी वाटी तूप,
दीड वाटी पिठीसाखर,
अर्धा चमचा वेलची पावडर,
पाव वाटी दूध, बेदाणे

■ कृती

तुपावर बेसन खमंग भाजा. मधूनमधून दुधाचा हबका मारा. बदामी रंग आला, वास आला की उतरवा. कोमट झाल्यावर पिठीसाखर, वेलची पावडर घालून नीट मिसळा. बेदाणा लावून लाडू वळा.

राघवदास लाडू

■ साहित्य

दोन वाट्या हरभरा डाळ,
पावणेदोन वाट्या साखर,
पाऊण वाटी सायीसकट दूध,
काजू, बदाम काप, बेदाणे,
वेलची पावडर,
अर्धी वाटी तूप

■ कृती

हरभऱ्याची डाळ भिजत घाला. तीन तासांनी चाळणीवर निथळून घ्या. मग पुरणयंत्रातून काढा. म्हणजे मोतीचुराप्रमाणे रवाळ, जाडसर पडेल. मिक्सरवर काढली तरी चालेल; पण रवाळ हवी.

जाड बुडाच्या कढईत अर्धे तूप टाकून डाळ परता. रंग बदलू न देता कोरडी करत भाजा. उरलेले तूपही अधूनमधून घालत छान खरपूस भाजा. सुरुवातीला गॅस मोठा ठेवा. दोन मिनिटांनी मंद करा. डाळ भाजणे हेच या लाडवाचे वैशिष्ट्य आहे. बाकी कृती इतर लाडवांप्रमाणेच. एक तारी पाक करून त्यात डाळ तासभर मुरवा नंतरच लाडू वळा. लाडू वळताना बेदाणे, बदाम, काजू लावा. हे लाडू अगदी मोतीचूर लाडवाप्रमाणे लागतात.

रवा-बेसन लाडू

■ साहित्य

एक वाटी रवा,
अर्धी वाटी बेसन,
एक वाटी गच्च भरून साखर,
अर्धी वाटी दूध,
दोन चमचे साय,
बेदाणे, काजू तुकडे,
अर्धी वाटी तूप,
वेलची पावडर

कृती

रव्याच्या लाडवाप्रमाणेच फक्त रवा व बेसन अर्धे अर्धे तूप घालून वेगवेगळे भाजून घ्या.

पुरण-रवा लाडू

साहित्य

एक वाटी बारीक रवा,
एक वाटी वाटलेले जरा जाडसर पुरण,
तीन चमचे तूप,
पाऊण वाटी साखर,
थोडे बेदाणे,
वेलची पूड

कृती

दोन चमचे तुपावर रवा गुलाबी रंगावर भाजा. त्याच कढईत उरलेले चमचाभर तूप टाकून पुरणही भाजा. मंद आचेवर जरा कोरडे करून घ्या. पाऊण वाटी साखरेत पाव वाटी पाणी घालून एकतारी पाक करा. त्यातच वेलची पूड घालून उतरवा. या पाकात रवा घाला व मुरू द्या. साधारण अर्धा ते पाऊण तासाने उलथण्याने रवा मोडावा. त्यात भाजलेले पुरण मिसळून पुन्हा अर्धा तास मुरू द्या. नंतर नेहमीप्रमाणे बेदाणे लावून लाडू वळा.

मूग लाडू

साहित्य

दोन वाट्या मुगाचे पीठ,
अर्धी वाटी तूप,
दीड ते दोन वाट्या पिठीसाखर,
अर्धा चमचा वेलची पावडर,
बेदाणे,
अर्धी वाटी दूध

■ कृती

मंद आचेवर मुगाचे पीठ तूप टाकून भाजा. खरपूस न भाजल्यास पीठ तुरट लागते. गरम असतानाच दुधाचे हबके मारा. पुन्हा परता व उतरवून वेलची, साखर घालून लाडू वळा.

ड्रायफ्रूट लाडू

■ **साहित्य**

दोन वाट्या सोललेला खजूर, अर्धी वाटी बदाम, काजूची भरड पूड, एक मोठा चमचा भाजलेली खसखस, पाव वाटी भाजलेले सुके खोबरे, पाव वाटी पिठीसाखर, बेदाणे, सुक्या अंजिराचे तुकडे

■ कृती

खोबरे, खसखस अगदी तेल निघेपर्यंत मिक्सरवर बारीक करून घ्या. त्यातच काजू-बदामाची भरड पूड घाला. बेदाणे, साखर घाला. अंजिराचे अगदी बारीक तुकडे कापून घाला. चटणीच्या भांड्यातून खजून बारीक वाटून वरील मिश्रणात घाला. सर्व नीट कालवून छोटे-छोटे लाडू वळा. सर्वच पदार्थ हाय कॅलरी आणि महाग असल्याने या लाडूंचा आकार तिळाच्या लाडवाएवढा असावा.
पेपर कपमध्ये घालून वरून दूध मसाला भुरभुरला तर स्नॅक्स पार्टीतही एक स्वीट म्हणून छान लागते. हे खास उपवासाचे लाडू आहेत.

करंजी

लाडूप्रमाणेच पारंपरिक संदर्भ असलेली करंजी! चरक संहितेतसुद्धा करंजीचा उल्लेख व कृती सापडते. सुश्रुताने 'मधुर पदार्थांचे चूर्ण भरून तळून केलेला पदार्थ' असे करंजीचे वर्णन केले आहे. संस्कृतमध्ये 'शष्कुली' या नावाने ओळखल्या जाणाऱ्या करंजीला भारतात, भारताबाहेरही अनेक नावे आहेत. महाराष्ट्रात करंजीला पाठारे प्रभू, सीकेपी मंडळी 'कानवले' म्हणतात, तर कर्नाटकात 'कडनवेले' किंवा 'कडबू' म्हणतात. मध्य, उत्तर भारतात ही 'गुजिया' म्हणून ओळखली जाते, तर गुजरातेत 'घुगरा', गोवा–कोकणात 'नेवरी', युरोपात 'टर्न ओव्हर्स', थायलंडमध्ये 'मरिपाक', नेपाळमध्ये 'मोत्रो' किंवा 'टुप्पा' म्हटले जाते.

लाडवाप्रमाणेच नैवेद्यावर, गौरीच्या, माहेरवाशिणीच्या पानावर, मुरडून परत बोलवायला करंजी किंवा मुरडीचा कानवला हवाच असतो. हा कसा करायचा ते अगदी संगतवार 'अक्कण माती चिक्कण माती'सारख्या भोंडल्याच्या गाण्यातही सांगितले जायचे. बाळ कुशीवर वळायला लागल्याचे घरातल्यांना कळायचे ते घरात करंज्या झाल्यावरच. चरक संहितेतही अनेक औषधी चूर्णे घालून करंजी करण्याच्या कृती आहेत. गोड, तिखट कशाही हल्ली केल्या जातात, तरी करंजी हा मूळ गोड प्रकारच.

▪ करंजीसाठी मैदा, रवा एकत्र किंवा नुसता मैदाही वापरतात. रवा घातल्यास भिजवलेले पीठ जरा कुटूनच घ्या. म्हणजे करंजी खुसखुशीत होते. करंज्या खुसखुशीत होण्यासाठी आपण त्यात मोहन घालतो. पण ते मोहन तेलाचे नसावे. गोड पदार्थांत शक्यतो तुपाचा वापर करावा. मोहनही तूप गरम करून किंवा परातीत मीठ व तूप एकत्र फेसून करावे.

▪ खाजाच्या कानवल्यात पारीत लावायच्या साट्यासाठीसुद्धा कॉर्नफ्लॉवर किंवा आरारुटचे पीठ व तूप एकत्र फेसून घ्यावे.

▪ करंजी तळताना आच नेहमी मध्यम असावी. म्हणजे छान गुलाबी रंगावर, खुसखुशीत करंज्या होतील. फार जोरात आचेवर करंज्या करपतात, तर मंद आचेवर कडक होता, तेलही पितात.

▪ करंजीची पारी फार जाड व फार पातळही नको. सारणही गोळे झालेले, कडक नको, मोकळेच असावे. पुरीसाठी एकाच आकाराच्या लाट्या कराव्यात म्हणजे करंज्या सगळ्या एकसारख्या होतात. सारण भरल्यावर चिकटवताना दुधाचे बोट कडांवर फिरवून चिकटवावे व कडेने कातावे. सारण भरपूर भरावे. करंजीचा 'खुळखुळा' नसावा. तळताना एखादी फुटली तर ती बाजूला काढून घ्यावी. म्हणजे सारण बाहेर पडून तेल / तूप काळे पडत नाही.

▪ सारण करताना थोडीशी खसखस भाजून, कुटून घातल्याने खमंगपणा येतो. नारळाचा चव व साखर एकत्र करून मिक्सरमधून बारीक करून वापरल्याने करंजी मध्येच फुटत नाही. सारण खूप ओले नसावे, त्यामुळे ते पारीला जड होत नाही.

▪ करंज्यांच्या पिठासाठी मोहन न घालता नारळाचे दूध वापरावे. त्यानेही करंज्या खुसखुशीत होता. पण नेहमी पीठ (रवा, मैदा) भिजवताना निरशा म्हणजे न तापवलेल्या दुधात भिजवावे. त्यामुळे करंज्या चांगल्या होतात.

तिळाची करंजी

- **सारणासाठी साहित्य**

एक वाटी पनीर किसून,
एक वाटी तीळ भाजून पूड,
अर्धी वाटी साखर दळून होईल तेवढी पिठीसाखर, एक चमचा तूप,
अर्धा चमचा वेलची पूड,
आवडीप्रमाणे काजू, बेदाणे

- **पारीसाठी साहित्य**

सव्वा वाटी मैदा,
पाव वाटी वनस्पती तूप किंवा लोणी,
चिमूटभर मीठ आणि थंड पाणी

- **कृती**

प्रथम चमचाभर तुपावर पनीरचा कीस परतून घ्या. जरा कोरडा होईपर्यंत परता. (साधारण मंद गॅसवर सात–आठ मिनिटे), त्यातच काजू–बेदाणे व तिळाची पूड परता. (तिळाची पावडर जरा भरड किंवा जाडसर करा). उतरवल्यावर थोडे गार झाल्यावर या मिश्रणात साखर + वेलची पूड घालून सारण नीट करून घ्या.

सारण तयार करण्यापूर्वी पारीचे पीठ भिजवून ठेवा. वनस्पती तूप किंवा लोणी किंचित मीठ घालून परातीत हाताने अगदी हलके होईपर्यंत फेसा. त्या मैदा घालून चांगले तूप चोळा. नंतर बर्फाच्या पाण्याने भिजवा. जरा घट्टच (पुरीइतपत) भिजवा. नेहमी करंज्या करतो त्याप्रमाणे सुपारीएवढी गोळी घेऊन पातळसर पुरी लाटून चमचा–दीड चमचा सारण घालून करंज्या करून रिफाइन्डमध्ये गुलाबी रंगावर तळा.

सारस्वती खाजाच्या किंवा गोड करंज्या

आपण ज्या करंज्या करतो तशाच करायच्या, फक्त त्यांच्या पात्या लाटताना पुढीलप्रमाणे करून बघा.

तांदूळ तीन दिवस भिजत टाकून वाळवून त्याची वस्त्रगाळ पूड करा. ती तुपाबरोबर फेसून त्याच्या साटा लावून चिरोट्याप्रमोण लाट्या तयार करून त्यात सारण भरून करंज्या करा. खूपच खुसखुशीत होतात.

कोकोनट पनीर करंजी

■ साहित्य

अर्धा नारळ,
अर्धी वाटी पनीर,
दोन वाट्या मैदा, चिमूटभर मीठ,
थोडे बेदाणे, काजू, चारोळ्या,
अर्धा चमचा वेलची पूड,
अर्धी वाटी दूध,
तळायला रिफाइन्ड तेल,
अर्धी वाटी साखर

■ कृती

नारळ खरवडून घ्या. त्या चवात एक वाटी कोमट पाणी घालून मिक्सरवर वाटून त्याचे दूध काढा. दूध काढल्यावर उरलेल्या चव भाजा. त्यावर पनीर किसून घाला. त्यात साखर मिसळा. साखर विरघळल्याबरोबर उतरवा. त्यात काजू, बेदाणे, वेलची घालून सारखे करा. गार होऊ द्या.

नारळाचे दूध व लागल्यास साधे दूध घालून मैदा भिजवा. पनीरचे सारण भरून नेहमीप्रमाणे करंज्या करा.

गुलकंद गुजिया

■ सारणासाठी साहित्य

अर्ध्या नारळाचा चव,
अर्धी वाटी खवा,
अर्धी वाटी गुलकंद,
चार चमचे पिठीसाखर,
प्रत्येकी अर्धी वाटी काजू, बदाम,
पिस्ता, अक्रोड वगैरेचा भरड चुरा,
अर्धा चमचा वेलची पूड,

■ पारीसाठी साहित्य

दोन वाट्या बारीक रवा,
दोन वाट्या नीरसे दूध,
दीड वाटी मैदा,
अर्धा चमचा मीठ,
दोन चमचे वनस्पती तूप,
पाव चमचा केशर

■ कृती

परातीत तूप व मीठ फेटून घ्या. अगदी मऊ, पांढरे झाल्यावर मैदा घालून चोळा. दुधात केशर उकळून घ्या. दूध थंड करा. त्यात रवा, मैदा घालून घट्ट भिजवा. तासभर झाकून ठेवा. कढईत खवा मंद आचेवर भाजा. तूप सुटायला लागल्यावर खोबरे घालून जरा गुलाबीसर परतून उतरवा. गार झाल्यावर त्यात इतर सर्व (सारणाचे) साहित्य घालून कालवा. (जास्त गोड आवडत असेल तर गुलकंद, पिठीसाखर वाढवा.)

आता पारीचे पीठ मिक्सरमधून फिरवून किंवा लाटण्याने धोपटून घ्या. मग त्याच्या छोट्या पुऱ्या करून त्यात सारण भरून करंज्या करून मंद आचेवर तळा.

खोयेवाली गुजिया

■ **सारणासाठी साहित्य**

पाऊण वाटी खवा,
अर्धी वाटी काजूची भरड पूड,
मूठभर बेदाणे, थोडे केशर,
वेलची पूड, चारोळ्या,
अर्धी वाटी पिठीसाखर

■ **पारीसाठी साहित्य**

एक वाटी पिठीसाखर,
पाव वाटी कॉर्नफ्लॉवर,
दोन वाट्या खवा,
पिस्त्याचे दहा-बारा पातळ काप

■ कृती

सारणाचा खवा कढईत घालून हलक्या हाताने मंद आचेवर परता. त्यातच इतर साहित्य घालत जा. गोळा कोरडा व्हायला लागल्यावर उतरवा. आता पारीचा खवा खिसून / पुरणयंत्रातून फिरवून घ्या. त्यात कॉर्नफ्लॉवर व पिठीसाखर घालून मंद आचेवर रंग न बदलता परतून घ्या. मऊ व एकजीव झाल्यावर उतरवा. गार करा. मग पेढ्याएवढी गोळी घेऊन प्लास्टिक पेपरमध्ये ठेवून लाटा. सारण भरून करंजी करा. वरून पिस्त्याचे काप दाबून बसवा.

(या करंज्यांच्या पारीचे मिश्रण पुरी लाटण्याइतपत घट्ट नाही झाले तर त्यात गार झाल्यावर अर्धी वाटी किसलेले पनीर मिसळून मळा.)

ओल्या नारळाच्या करंज्या : प्रकार १

- **पारीसाठी साहित्य**

एक वाटी मैदा,
अर्धी वाटी रवा, भिजवायला दूध (अर्धी वाटी), एक चमचा तूप, चिमूटभर मीठ, पाणी

- **सारणासाठी साहित्य**

दीड नारळ खवून नारळाच्या चवाच्या बरोबरीने साखर असल्यास दोन चमचे खवा किंवा दोन-तीन पेढे किंवा दोन टे. स्पून मिल्क पावडर, चमचाभर वेलची पावडर, मोठा चमचाभर काजूचे तुकडे, तेवढेच बेदाणे

- **कृती**

सारणाचे सर्व साहित्य एकत्र करून गॅसवर ठेवून ढवळत राहा. साखर विरघळल्यावर उतरवा. थंड होऊ द्या.

पारीसाठी प्रथम दुधात रवा भिजत घाला. परातीत तूप, मीठ घेऊन (घरचे लोणीसुद्धा चालेल) हाताने फेटावा. त्यात मैदा घालून त्याला हे तूप चोळा. आता त्यातच भिजवलेला रवा घाला. लागेल तसे पाणी घेऊन घट्ट भिजवा. आता भिजवलेल्या पिठाची पेढ्याएवढी गोळी घेऊन जाडसर लाटा. त्यात मोठा चमचाभर सारण घालून करंजीप्रमाणे घडी घालून दुधाचे बोट लावून कड्या चिकटवा. कातणं नसल्यास काट्याने कडा दाबा. मध्यम आचेवर तळा. साधारणपणे या प्रमाणात ३५ ते ४० करंज्या होतात.

ओल्या नारळाच्या करंज्या : प्रकार २

- **साहित्य**

दोन वाट्या खवलेले खोबरे (एक नारळ), दीड वाटी पिठीसाखर, पाव वाटी मध, थोडे काजू, बेदाणे, वेलची पारीसाठी ताजे १५ ते २० मोठे ब्रेड स्लाईस

■ कृती

सारणाचे सर्व साहित्य एकत्र करून व्यवस्थित कालवा. फक्त ओलसर होईल एवढाच मध घाला. नारळाच्या ओलेपणावर ठरवा. आता मोठी वाटी किंवा तळहाताएवढे डब्याचे झाकण घेऊन ब्रेडवर ठेवून ब्रेड कापून गोल काढा. थोड्या पाण्यात ती स्लाईस (गोळी) बुडवा. पोळपाटावर ठेवून दाबा. त्यात सारण भरून कॉर्नफ्लॉवरची किंवा मैद्याची पेस्ट लावून करंजीप्रमाणे बंद करा व तळा. काही कारणाने ब्रेड स्लाईस फार ओलसर वाटला तर तळण्यापूर्वी करंजी कोरड्या कॉर्नफ्लॉवरमध्ये घोळून तळा.

आंब्याच्या ब्रेड करंज्या

■ पारीसाठी साहित्य

कणीक : प्रत्येकी एक-तृतीयांश कप साधे लोणी व मार्जरीन (नसल्यास वनस्पती तूप) (याचे वजन अंदाजे प्रत्येकी ९० ग्रॅम), दोन कप मैदा, चिमूटभर मीठ, पाऊण कप बर्फाचे थंड पाणी, एक चमचा लिंबाचा रस

■ सारणासाठी साहित्य

दीड कप आंब्याच्या फोडी, पाव कप बेदाणे, पाव कप काजू तुकडे, बदाम, अक्रोडचा चुरा, दोन मोठे चमचे पिठीसाखर, चिमूटभर वेलची

■ कृती

लोणी व मार्जरीन सुरीने ओबडधोबड मोडून / कापून घ्या व फ्रीजमध्ये ठेवा. अर्ध्या तासाने कडक झाल्यावर काढून पुन्हा तसेच सुरीने बारीक कापा.

दरम्यान, मीठ, मैदा चाळा. त्यात हे लोणी, तूप घालून बोटांनी चिवडा. त्यात लिंबू रस व गार पाणी घालून पीठ मळा. फार मळू नका. या पिठाची लांब अर्धा इंच जाडीची पट्टी लाटा. ही पट्टी पोळीएवढी रुंद असावी. मग साडीच्या घडीप्रमाणे तीन घड्या घाला. चौकोनी बाजू बदलून पुन्हा लांब लाटा. पुन्हा तशाच घड्या घाला. बाजू बदलून पुन्हा लाटा. असे चार वेळा करा. हे लाटत -

घड्या घालत असताना प्रत्येक वेळी पीठ दहा मिनिटे फ्रीजमध्ये ठेवा आणि पुन्हा लाटा. शेवटचे लाटून झाल्यावर फ्रीजमध्ये अर्धा तास ठेवा. त्याचे छोट्या पुरीच्या आकाराचे गोल किंवा चौकोन कापा. अंदाजे दहा होतील.

आता जाड बुडाच्या कढईत सारणाचे सर्व साहित्य एकत्र करून जरा हलवा. साखर घट्ट झाल्यावर गार करा. दहा भाग करा. आता एकेक तुकडा घेऊन प्रत्येकावर एक भाग सारण घाला. कडा पाणी / दूध लावून बंद करा. हवे तर कातणीने करंजीचा आकार द्या. तापलेल्या ओव्हनमध्ये १९०° (३७५ फॅ.)वर २० मिनिटे भाजा. रंग सोनेरी आल्यावर काढा.

याच पद्धतीने सारण बदलून गाजर हलवा करंजी, सूजी हलवा करंजी, पायनॅपल करंजी अशा विविध प्रकारच्या करंज्या करता येतात.

सुक्या खोबऱ्याच्या करंज्या

- **सारणासाठी साहित्य**

एक वाटी किसलेले खोबरे (करंज्यांसाठी खोबरे किसताना पाठीचा काळा भाग आधी किसून बाजूला काढा. मग चीजच्या किसणीने खोबरे किसा.)
पाऊण वाटी पिठीसाखर,
प्रत्येकी एक टे. स्पून भाजलेली खसखस, काजूची भरडपूड,
एक चमचा वेलची पूड, बेदाणे

- **पारीसाठी साहित्य**

एक वाटी मैदा,
एक टे. स्पून बारीक रवा,
एक चिमूटभर मीठ आणि
मोहनासाठी पाव वाटी तूप,
भिजवण्यासाठी निरसे दूध

- **कृती**

तव्यावर मंद आचेवर रंग न बदलता खोबऱ्याचा कीस भाजा. भाजलेल्या खसखशीची पूड करा. काजू पूड, खसखस, खोबरे, पिठी, बेदाणे, साखर, वेलची पूड एकत्र करा.

परातीत मीठ, तूप एकत्र फेसा. अगदी स्वच्छ पांढरे व हलके झाल्यावर

मैदा-रवा एकत्र करून थंड निरशा दुधात घट्ट भिजवा. पीठ दहा मिनिटे झाकून ठेवा. नंतर पिठाचे १०-१५ तुकडे करून मिक्सरच्या चटणीच्या भांड्यातून फिरवा. नंतर करंज्यांसाठी २०-२२ गोळ्या करा. पुऱ्या लाटून त्यात दीड चमचा सारण भरून करंज्या करा. मंद / मध्यम आचेवर तळा.

सुक्या मेव्याच्या करंज्या

- **सारणासाठी साहित्य**

अंजिराचे बारीक तुकडे, खजुराचे बारीक तुकडे (बेदाण्याएवढे), बेदाणे, बदाम-पिस्ते-काजू यांची भरड पावडर, खारीक पावडर (प्रमाण आपल्या आवडीनुसार) सगळे मिळून दीड वाटी, अर्धी वाटी पिठीसाखर, दोन चमचे भाजून खसखशीची पूड, वेलची पूड

- **पारीसाठी साहित्य**

प्रत्येकी एक वाटी मैदा आणि रवा, पाव वाटी तूप, चिमूटभर मीठ, भिजवायला निरसे दूध, तळण्यासाठी तेल

- **कृती**

परातीत तूप घेऊन त्यात मीठ टाकून खूप म्हणजे पांढरे शुभ्र होईपर्यंत हाताने फेटा. रवा-मैदा एकत्र मिसळून त्यात घालून हे तूप चांगले चोळून घ्या. मग दुधाने पोळ्याच्या कणकेपेक्षा थोडे सैलसर भिजवा. रवा फुगून पीठ घट्ट होते. अर्ध्या तासाने पीठ मळून / कुटून घ्या. पिठाचे चार गोळे करा. पोळीइतपत जाडीच्या पोळ्या लाटून त्याच्या लहान वाटीने पुऱ्या कापून, त्यात सारण भरून करंज्या करा. या करंज्यांचा आकार लहानच ठेवा. मध्यम आचेवर गुलाबी रंगावर तळा.

पाकातल्या करंज्या

नेहमीच्या करंज्यांप्रमाणे आपल्या आवडीनुसार सुके / ओले / ड्रायफ्रूटचे कुठलेही सारण घालून करंज्या करा. फक्त नेहमीपेक्षा आकाराने लहान असाव्यात. थोड्या कमी गोड असाव्यात. खाताना थंड झालेल्या असाव्यात.

■ पाकासाठी साहित्य

दोन वाट्या साखर,
एक वाटी पाणी,
१०-१५ केशराच्या काड्या,
वेलची पूड
(दोन वाट्या रवा-मैद्याच्या करंज्यांसाठी)

■ कृती

साखरेत पाणी घालून साखर विरघळल्यावर केशर आणि वेलची पूड घाला. दोन तारी पाक करा. एका चाळणीत सात-आठ करंज्या घ्या. चाळणीखाली एक तसराळे घ्या. आता करंज्या पसरून त्यावर पाक ओता. करंज्या पालटून दुसऱ्या बाजूवरही ओता. करंज्या उचलून एका ताटात वाळण्यासाठी ठेवा. अशा प्रकारे उरलेल्या करंज्या करा. हवे तर पाकातून काढल्यावर करंज्यावर थोडी पिस्ता पावडर भुरभुरा.

पनीर पीज पफ्स

■ पारीसाठी साहित्य

दोन सपाट वाट्या मैदा,
एक टे. स्पून वनस्पती तूप पातळ करून,
अर्धा चमचा मीठ,
पाव चमचा तिखट,
थंड पाणी

■ साट्यासाठी साहित्य

तीन टे. स्पून घट्ट वनस्पती तूप,
एक टे. स्पून तांदूळ पिठी किंवा कॉर्नफ्लोअर

■ सारणासाठी साहित्य

एक वाटी मटार दाणे,
एक मध्यम कांदा,
१०० ग्रॅम पनीर,
अर्धी वाटी चिरलेली कोथिंबीर,
अर्धे लिंबू,
तीन मिरच्या,
एक चमचा मीठ,
अर्धा चमचा साखर,
एक चमचा बटर,
अर्धा चमचा गरम मसाला,
चार-पाच लसूण पाकळ्या

▪ कृती

मीठ, मैदा आणि एक चमचा तूप तसेच तिखट एकत्र करून थंड पाण्याने भिजवा. मिश्रण पुरीइतपत घट्ट असावे. साट्यासाठी वनस्पती तूप परातीत घेऊन खूप फेसा. थोडे थोडे कॉर्नफ्लॉवर घालून पेस्टइतपत मऊ फेसा.

आधी सारण तयार करा. कांदा, मिरच्या बारीक चिरून घ्या. मटार वाफवून घ्या आणि वाटीनेच थोडे स्मॅश करा. पनीर किसून घ्या. एका पॅनमध्ये लोणी टाकून त्यावर मिरच्या, कांदा परता. त्यातच मटार, पनीर आणि इतर साहित्य टाकून जरा परतून कोरडे असे सारण होऊ द्या.

आता भिजवलेल्या मैद्याचे सहा भाग करा. त्यांच्या नेहमी करतो तशा सहा गोल घडीच्या पोळ्या करा. आता साट्याचे सहा भाग करा. एक पोळी घेऊन तिच्यावर एक भाग साटा पसरा. त्यावर दुसरी पोळी, पुन्हा तिच्यावर साटा लावून चिरोट्याप्रमाणे करा. सहाव्या पोळीवर मात्र साटा न लावला हलक्या हाताने दाबून ती सहा पोळ्यांची चवड पुन्हा थोडी लाटा. आता उरलेला साट्याचा भाग त्या पोळीवर लावून अळूवडीप्रमाणे घट्ट गुंडाळी करा. मैदा व पाण्याची पेस्ट करून कडा चिकटवा. या गुंडाळीचे साधारण एक इंचाचे तुकडे करा. कापलेली बाजू वर करून प्रत्येक तुकडा दाबून मैद्यावर लाटून गोल पुऱ्या करा. प्रत्येक पुरीत एक ते दीड चमचा सारण भरून पुन्हा मैदा व पाण्याची पेस्ट करून करंजीच्या कडेने चिकटवा आणि तळा.

शंकरपाळे

शंकरपाळे हे मुलांचे मोठ्यांचे येता–जाता खायचे प्रिय खाद्य. खरे तर ही देशी बिस्किटेच! त्यामुळे बिस्किटातले सगळे गुण अपेक्षित – गोड, खुसखुशीत, कमी तेलकट / तूपकट. हा गोड पदार्थ असल्याने मध्यम आचेवर तळावा. खूप पातळ लाटू नये. पुरीप्रमाणे थोडी जाडसर असावी म्हणजे शंकरपाळे फुगतात. शंकरपाळ्यांचे हमखास 'हिट' प्रमाण म्हणजे प्रत्येकी एक वाटी दूध, तूप / लोणी, साखर एकत्र करून उकळून गार करून त्यात बसेल तेवढा मैदा घालून शंकरपाळयाचे पीठ मळा.

खुसखुशीत शंकरपाळी : प्रकार १

- **साहित्य**

एक वाटी चिरलेला गूळ,
अर्धा चमचा मीठ,
दीड टे. स्पून वनस्पती तूप,
एक वाटी कणीक,
अर्धी वाटी मैदा,
पाव वाटी डाळीचे पीठ,
अर्धा चमचा वेलची पावडर,
पाव वाटी पाणी

■ कृती

चिरलेला गूळ एका कढईत घ्या. त्यात पाव वाटी पाणी घालून मंद गॅसवर ठेवा. त्यातच तूप घाला. गूळ विरघळल्यावर कढई उतरवा. थोडे गार झाल्यावर त्यात मीठ, कणीक, मैदा व डाळीचे पीठ घालून भिजवा. नेहमीप्रमाणे शंकरपाळी करून मध्यम आचेवर तळा.

नमकपारे

■ **साहित्य**

प्रत्येकी एक वाटी मैदा आणि बारीक रवा, दोन टे. स्पून तूप, एक चमचा जाडसर कुटलेला ओवा, एक चमचा मीठ, अर्धी वाटी दही घुसळून

■ कृती

मैद्यात मीठ, ओवा घाला. त्यातच रवा मिसळून त्याला तूप चांगले फेसून चोळा. त्यानंतर दही चोळा. मग कमीत कमी पाणी घालून अगदी घट्ट भिजवा. मग त्याची पोळी (अर्धा इंच जाड) लाटून शंकरपाळी (जरा मोठीच) कापा. मंद आचेवर बदामी रंगावर तळून काढा.

खास पंजाबी शक्करपारे

■ **साहित्य**

तीन वाट्या मैदा,
एक वाटी खवा,
दीड कप दूध,
दोन वाट्या साखर,
अर्धा चमचा केशर,
एक चमचा वेलची पावडर,
तीन टे. स्पून पातळ तूप,
एक वाटी भरून बदाम व पिस्ते

- **कृती :**

बदाम व पिस्ते १० मिनिट गरम पाण्यात भिजत टाका. नंतर साल काढून त्याची पूड करा. ही पूड / पेस्ट, वेलची पावडर व मैदा एकत्र करा. त्यातच खवा घाला. तूप चोळून दुधात घट्ट भिजवा. तासभर झाकून ठेवा. पुन्हा एकदा मऊ होईपर्यंत मळून घ्या. या पिठाच्या छोट्या फुलक्याप्रमाणे पुऱ्या लाटा. मध्ये तूप लावून एकावर एक अशा तीन पुऱ्या ठेवून पुन्हा मैद्यावर लाटा. आता अर्धा इंच जाडीची पोळी लाटून त्याचे शंकरपाळे कापा.

साखरेत एक कप पाणी घालून दोन तारी पाक करा. त्यातच उकळताना केशरही घाला. पाक उतरवा.

आता शंकरपाळे तळून कागदावर काढा. लगेच पाकात टाका. दुसरा घाणा टाकताना पहिला चिमट्याने पाकातून काढून ताटात वाळवा. वाळल्यावर छान खुसखुशीत होतात. पंजाबमधला हा अतिशय लोकप्रिय असा पदार्थ आहे.

गाजर के शक्करपारे

- **साहित्य**

दोन कप लालचुटुक गाजराचा कीस, चार कप कणीक, एक कप कंडेन्स्ड मिल्क, चिमूटभर मीठ, अर्धा चमचा बडीशेप पावडर, तळण्यासाठी तेल, पाव चमचा सोडा

- **कृती**

गाजराचा कीस मिक्सवर चटणीप्रमाणे वाटा. तो लगदा, चमचाभर गरम तेल, मीठ, बडीशेप हे पिठात मिसळा. मग कंडेन्स्ड मिल्क व लागल्यास पाणी आणि सोडा घालून भिजवा. पोळ्या लाटून शंकरपाळे कापा किंवा बाटलीच्या बुचाने छोट्या गोल पुऱ्या कापा किंवा लांब पट्ट्या (बोटाएवढ्या) कापून त्यांना पीठ देऊन तळा. हवा तर चीजच्या किसणीने किसून थोडा कीस पोळीवर थापा. त्यावरून दोनदा लाटणी फिरवा. तळल्यावर छान दिसतो.

लाल भोपळ्याचे शंकरपाळे

सर्व कृती गाजराच्या शंकरपाळ्याप्रमाणे. फक्त गाजराऐवजी भोपळा घ्या.

मठरिया

■ **साहित्य**

अर्धा चमचा भरडलेला ओवा,
अर्धा चमचा भरडून जिरे,
दोन वाट्या मैदा,
अर्धी वाटी तूप,
पाऊण चमचा मीठ,
तळण्यासाठी रिफाइन्ड तेल

■ **कृती**

तूप फेसून अगदी हलके करा. फेसताना त्यात मीठ घाला. त्यात इतर सर्व साहित्य घालून भिजवा. चार गोळे करून प्रत्येकाची अर्धा इंच जाडीची पोळी लाटा.

चमच्याच्या मागच्या बाजूने पोळीवर कशाही हलक्या रेषा (फुगण्यासाठी) ओढा. आता छोट्या वाटीने पुऱ्या कापून किंवा शंकरपाळे तळा. मंद आचेवर बदामी झाल्या पाहिजेत. खमंग व छान खुसखुशीत होतात.

मेथी मठरिया

सर्व कृती आणि साहित्य मठरियाप्रमाणेच. फक्त एक वाटी बारीक चिरलेली मेथी घालून मैदा मळा व पुऱ्या तळा. शंकरपाळे किंवा लांब पट्ट्या कापून तळा.

गोड शंकरपाळे

■ **साहित्य**

तीन वाट्या मैदा, मीठ

प्रत्येकी एक वाटी बारीक रवा, साखर, तेल आणि पाणी,

■ **कृती**

पाणी गरम करून त्यात साखर घालून विरघळवा. तेल घाला. मैदा, रवा, मीठ घालून पीठ घट्ट भिजवा. पीठ जास्त घट्ट वाटल्यास पाण्याचा हात लावा. शंकरपाळे फार पातळ लाटू नका. मध्यम आचेवर शंकरपाळे रिफाइन्ड तेलात तळा.

मेथीचे शंकरपाळे

■ **साहित्य**

एक वाटी मेथीची पाने, चार वाट्या मैदा, दोन टी स्पून मीठ,

एक टी स्पून बडीशेप पूड, एक वाटी रिफाइन्ड तेल

■ **कृती**

मेथीची पाने वाळवा किंवा कढईत परतून कोरडी करा. मिक्सरमधून काढा. मैद्यात वरील सर्व साहित्य घाला. पातळ पोळी लाटा व शंकरपाळे कापा. रिफाइन्ड तेलात मध्यम आचेवर तळा.

सोपे हातखंडा शंकरपाळे

- **साहित्य**

प्रत्येकी एक कप दूध, तूप, साखर, लागेल तसा मैदा आणि एक चमचा व्हॅनिला इसेन्स, तळण्यासाठी रिफाइन्ड तेल, चिमूटभर मीठ

- **कृती**

दूध, साखर तूप एकत्र करून उकळा. साखर विरघळल्यावर उतरवून कोमट होऊ द्या. नंतर इसेन्स व बसेल तसा मैदा व चिमूटभर मीठ घालून भिजवा. तेल तापत ठेवा. पिठाचे चार गोळे करून पोळीपेक्षा थोडी जाड पोळी लाटून शंकरपाळी कापून मध्यम आचेवर गुलाबा तळा.

गोड वड्या

बदाम वडी

- **साहित्य**

दीड वाटी बदाम,
पाऊण वाटी साखर,
एक चमचा दूध,
खायचा हिरवा रंग,
सात लवंगा,
सात विड्याची पाने,
तूप, वर्खाचा कागद

- **कृती**

बदाम दोन तास भिजत घाला. त्याची सालं काढून मिक्सरमधून अगदी गंधासारखे बारीक वाटून घ्या. जाड बुडाच्या कढईत साखर बुडेल एवढे पाणी घालून पाक करा. उकळी आल्यावर चमचाभर दूध टाकून मळी काढा. त्यात बदाम पेस्ट घालून ढवळत राहा. मिश्रणाने कड सोडल्यावर उतरवून त्यात दोन-तीन थेंब रंग घालून नीट मिसळून घ्या. ते कोमट असताना त्याचे सात-आठ गोळे करा. विड्याच्या पानाच्या उलट बाजूला तूप लावून त्यावर हा गोळा प्लास्टिकवर ठेवून हलके लाटा. पानाची पट्टी बनवताना घालतो तशा घड्या विड्याच्या पानाच्या साहाय्याने घालाव्या. पान बाजुला करा व लवंगा आणि वर्ख घालून सजवा.

आंबा बर्फी

■ साहित्य

आंब्याचा मावा अर्धा किलो (हल्ली विकत मिळतो),
पाव किलो खवा,
दोन वाट्या साखर,
एक वाटी पाणी,
दोन टे. स्पून पिठीसाखर,
दोन टे. स्पून दूध पावडर,
एक चमचा वेलची व जायफळ पूड

■ कृती

आंब्याचा मावा व खवा एकत्र करून पुरणयंत्रातून किंवा मिक्सरमधून फिरवून घ्या. एका जाड बुडाच्या पातेल्यात किंवा कढईत दोन वाट्या साखरेत एक वाटी पाणी घालून तीन तारी पाक करा. (पाक कडेने पांढरा व कोरडा व्हायला लागतो. दोन बोटात धरून पाहिले असता दोनपेक्षा जास्त तारा दिसतात.) त्यात हे खवा-मावा मिश्रण घालून नीट ढवळा. चार-पाच मिनिटे मंद आचेवर ढवळत राहा. बुडबुडे यायल्या लागल्यावर कढईत अगदी मध्यभागी बुडबुडा येऊन फुटला की गॅस बंद करा. थोडे ढवळून त्यात वेलची-जायफळ पूड, दूध पावडर व पिठीसाखर घालून घोटून घ्या. साधारण श्रीखंडापेक्षा घट्ट वाटायला लागल्यावर तूप लावलेल्या थाळ्यामध्ये ओता. थाळी ठोकून सगळीकडे नीट पसरवा. दोन ते अडीच तासांनी वड्या कापा. वरून शोभेसाठी वर्खाचा कागद लावायला असेल तर गरम असतानाच लावा. किंवा काजू, चारोळी, भोपळ्याची बी प्रत्येक वडीवर लावा. या प्रमाणात बर्फीचे साधारण ३० ते ३५ तुकडे पडतात.

आंबा वडी

■ साहित्य

दोन वाट्या आंब्याचा रस,
तीन वाट्या पिठीसाखर,
अर्धी वाटी मिल्क पावडर

■ **कृती**

जाड बुडाच्या कढईत मंद गॅसवर आंब्याचा रस व साखर (पाव वाटी बाजूला काढून ठेवा) एकत्र शिजत ठेवा. घट्ट होत आल्यावर उतरवून जरा घोटून घ्या. त्यात पिठीसाखर, मिल्क पावडर मिसळून पुन्हा घोटून घ्या. घट्ट वाटू लागल्यावर तूप लावलेल्या थाळ्यात थापून वड्या कापाव्यात.

श्रीखंड वड्या

वर दिलेल्या पद्धतीनुसार श्रीखंड वड्या कराव्यात.

करदंट (डिंक वडी)

हा डिंकाचा कर्नाटकी प्रकार आहे.

■ **साहित्य**

१०० ग्रॅम डिंक तळून घेऊन त्याची हाताने चुरून केलेली पावडर,
दीड वाटी सुके खोबरे,
अर्धी वाटी खारीक पूड,
पाव वाटी बदाम काप,
अर्धी वाटी खसखस,
पाव वाटी काजू चुरा,
दोन वाट्या छान पिवळा गूळ,
प्रत्येकी अर्धा चमचा वेलची पूड आणि जायफळ पूड,
डिंक तळण्यासाठी तूप

■ **कृती**

गुळात पाव वाटी पाणी घालून त्याचा दोनतारी पाक करा. खोबरे, खसखस, खारीक पूड भाजून ठेवा. खोबरे, खसखस मिक्सरवर बारीक करा. पाक झाल्यावर सर्व साहित्य एकत्र करून पाकात घालून ढवळा. थोडे घोटून घोटून घ्या. जरा जड लागल्यावर तूप लावलेल्या थाळ्यात थापून वड्या पाडा.

गुलकंद वडी

■ **साहित्य**

एक वाटी बारीक रवा, दोन टे. स्पून गुलकंद, प्रत्येकी अर्धी वाटी साय, तूप, दूध, पाऊण वाटी साखर, दोन थेंब गुलाब इसेन्स, दोन थेंब गुलाबी रंग, पाव वाटी पिठीसाखर

■ **कृती**

पाव वाटी तुपात रवा भाजून घ्या. साखरेत अर्धी वाटी साय व दूध घाला. मंद आचेवर दोनतारी पाक करा. त्यातच रवा, रंग व गुलकंद घाला. ढवळत राहा. दोन-तीन मिनिटांनी उरलेले तूप हळूहळू सोडा. इसेन्स घालून मिश्रण उतरवा. पिठीसाखर घालून घोटून घ्या. घट्ट होत आल्यावर तूप लावलेल्या थाळीत ओतून गार झाल्यावर वड्या कापा.

बेसन बर्फी

■ **साहित्य**

एक वाटी हरभरा डाळीचे पीठ, दीड कप कंडेन्स्ड मिल्क, एक वाटी ताजे ओले खोबरे, एक वाटी तूप, वरून लावायला बेदाणे, काजू

■ **कृती**

बेदाणे, काजू सोडून इतर सर्व जिन्नस नॉनस्टिक पॅनमध्ये एकत्र भाजा. गोळा होऊन कडा सोडायला लागल्यावर गॅस बंद करा. एका थाळ्यात हे मिश्रण ओतून थापा. वरून काजू-बेदाणे लावा. थंड झाल्यावर बर्फी कापा.

बेसिक बर्फी

■ साहित्य

एक वाटी खवा,
अर्ध्या वाटीला एक चमचाभर कमी साखर,
एक चमचा पिठीसाखर,
अर्धा चमचा वेलची पूड / जायफळ पूड,
एक चमचा दूध पावडर

■ कृती

खवा मिक्सरमधून फिरवून घ्या. साखरही नंतर त्याच भांड्यातून बारीक करा. दोन्ही एकत्र करून तीन तास तसेच ठेवा. नंतर एका जाड बुडाच्या कढईत हे मिश्रण घालून मंद आचेवर सतत ढवळत राहा. साधारण चार-पाच मिनिटांनंतर चट-चट असा आवाज यायला लागल्यावर कढई उतरवून त्यामध्ये दुधाची पावडर, पिठीसाखर, वेलची पूड वगैरे घालून खूप घोटून घ्या. घट्ट व्हायला लागल्यावर तूप लावलेल्या थाळ्यात ओता. थाळा ठोकून सारखा करून घ्या. वरून बदाम-पिस्ते काप, वर्ख, दुधाचा मसाला यापैकी काहीही लावून सजवा. अर्ध्या ते पाऊण तासानंतर मिश्रण गार झाल्यावर मगच वड्या कापा.

घोटताना याच मिश्रणात आवडीचा रंग व स्वाद घातल्यास वेगवेगळ्या चवीची बर्फी तयार करता येते. म्हणून हिला बेसिक बर्फी म्हटले आहे.

पिस्ता बर्फी

घोटताना पाव चमचा हिरवा रंग व दोन-चार थेंब पिस्ता इसेन्स घाला.

चॉकलेट बर्फी

घोटताना दीड चमचा कोको किंवा तीन चमचे ड्रिंकींग चॉकलेट व चार थेंब व्हॅनिला इसेन्स घाला.

ऑरेंज बर्फी

हल्ली बाजारात इमल्शन मिळतात. यात रंग व वास दोन्ही एकत्र असतो. अशा ऑरेंज इमल्शनचा पाव चमचा घाला. म्हणजे ऑरेंज बर्फी तयार होईल. याचप्रमाणे स्ट्रॉबेरी, रोझ, रॅसबेरी, पायनॅपल हे स्वादसुद्धा इमल्शनमध्ये मिळतात. तेही वापरता येतील.

बदाम किंवा काजू बर्फी

बेसिक बर्फी दोन थेंब बदाम इसेन्स व दुधाच्या पावडरऐवजी एक चमचा बदामाची पूड किंवा काजूची पूड घालून घोटा.

तीळ नारळ वडी

- **साहित्य**

दोन वाट्या ओले खोबरे,
दीड वाटी पांढरे तीळ,
तीन वाट्या साखर,
दोन चमचे वेलची पूड,
अर्धी वाटी काजूचे भरड कूट,
अर्धी वाटी तूप,
दीड वाटी दूध,
प्रत्येकी एक चमचा पिठीसाखर आणि मिल्क पावडर

- **कृती**

तीळ दुधात तीन-चार तास भिजवून मग वाटा. नंतर तुपावर खमंग भाजून घ्या. साखरेचा एकतारी पाक करा. त्यात हे भाजलेले तीळ, ओले खोबरे व काजू कूट घाला. मंद गॅसवर सतत हलवत राहा. मिश्रणाने कड सोडायला सुरुवात केल्यावर उतरवा आणि जरा घोटून घ्या. घोटतानाच मिल्क पावडर व पिठीसाखरही घाला. तूप लावलेल्या थाळ्यात थापून वड्या पाडा.

तीळ शेव बर्फी

- **साहित्य**

अर्धी वाटी खवा,
एक वाटी तीळ,
दोन वाट्या डाळीचे पीठ,
दोन वाट्या साखर,
अर्धी वाटी साय,
एक वाटी दूध,
वेलची पूड,
थोडे बदाम-पिस्ते काप,
तळायला तेल किंवा तूप,
अर्धा चमचा सनसेट यलो कलर

- **कृती**

तीळ अंगाबरोबर पाणी घालून भिजवा. दोन तासांनी मिक्सरमधून वाटून घ्या. डाळीचे पीठ चाळून घ्या. त्यात चिमूटभर मीठ, रंग आणि तिळाचे वाटण घालून हाताने खूप कुस्करून एकजीव करा. लागेल तसे पाणी घालून पीठ घट्ट भिजवा. त्याची शेव तळा. गार होऊ द्या.

आता साखरेत साय, दूध घालून पक्का पाक तयार करा. त्यात खवा मोडून घाला. त्यातच शेव घालून थोडे घोटून घ्या. नंतर थाळ्यात ओतून ठेवा. साधारण दहा-बारा तासांनी सुकल्यावर वड्या कापा. ओलसर असताना बदाम-पिस्ते काप व वेलची पूड पसरा.

ड्रायफ्रूट चॉकलेट बर्फी

- **साहित्य**

काजू, बदाम, बेदाणे, पिस्ते, सुके अंजीर या सगळ्यांचे मिळून सव्वा वाटी अगदी बारीक तुकडे,
पाव किलो मारी बिस्किटे,
एक कप बाजारी खोबऱ्याचा कीस,
४०० ग्रॅम कंडेन्स्ड मिल्क,
पाव वाटी साधे घरचे लोणी,
८० ग्रॅम व्हाईट चॉकलेट,
अर्धी वाटी कोको

- **कृती:**

मारी बिस्किटे मोडून त्यांचा मिक्सरमधून बारीक चुरा करून घ्या. तो एका तसराळ्यात घेऊन त्यात सुक्या मेव्याचा चुरा, खोबऱ्याचा कीस मिसळा. मधोमध खड्डा करून त्यात कंडेन्स्ड मिल्क घाला. लोणी पातळ करा. त्यात कोको घालून घोटून घ्या. ते मिश्रणही तसराळ्यात घाला. सगळे एकत्र कालवा. लोणी किंवा तूप लावलेल्या ट्रेमध्ये थापून फ्रीजमध्ये एक ते दीड तास ठेवून सेट करा.

आता एका छोट्या पातेल्यात व्हाईट चॉकलेट पातळ करून घ्या. किंचित गार झाल्यावर बटर पेपरचा कोन करून त्यात घाला. आपल्या आवडीनुसार चॉकलेट बर्फीवर नागमोडी रेषा किंवा जाळी काढून सजवा. थंड झाल्यावर कापून तुकडे करा.

चेरी बर्फी

- **साहित्य**

पाव कप कंडेन्स्ड मिल्क,
एक चमचा व्हॅनिला इसेन्स,
एक टे. स्पून ब्राउन शुगर,
पाऊण वाटी दूध पावडर,
पाऊण वाटी पाकवलेल्या चेरीज चिरून (तयार विकत मिळतात),
थोडीशी आयसिंग शुगर

- **कृती**

कंडेन्स्ड मिल्क, साखर, व्हॅनिला इसेन्स एका बाऊलमध्ये घेऊन जरा फेटा. साखर विरघळवून घ्या. त्यात दूध पावडर व चिरलेल्या चेरीज घालून लाकडी चमच्याने मिसळून घ्या. एका थाळीत थोडी आयसिंग शुगर पसरून त्यावर मिश्रण मळून घ्या. त्याचे दोन भाग करून त्यांचे लांब जाड रोल करा. आयसिंग शुगरमध्ये हलकेच घोळून फ्रीजमध्ये ठेवून सेट करा. नंतर त्याच्या अळूवडीप्रमाणे चकत्या कापा. एक वेगळ्या चवीची ही बर्फी दिसतेही छान!

काजू कतली

- **साहित्य**

१०० ग्रॅम काजू तुकडा, **पाऊण कप साखर**

- **कृती**

काजूची पूड करा. त्यात थोडे पाणी घालून वाटून पेस्ट करा. कढईत साखर घेऊन ती बुडेल एवढे पाणी घाला. साखर विरघळेपर्यंत एक उकळी आणा. त्यात काजूची पेस्ट घालून मंद आचेवर सतत ढवळा. मिश्रण घट्ट होत आल्यावर गॅस बंद करून घोटत राहा. गोळा व्हायला लागल्यावर एका परातीत काढा. त्यावर एक बाटली रगडून मिश्रण अगदी मऊसूत करा. हे मिश्रण लाटून त्याच्या शंकरपाळ्यांच्या आकारात वड्या कापा.

चॉकलेट काजू कतली

- **साहित्य**

पाव किलो काजू,
पाव किलो साखर,
एक टे. स्पून कॉर्नफ्लॉवर,
एक टे. स्पून ड्रिंकींग चॉकलेट,
अक्रोड किंवा काजूचे काप

- **कृती**

काजू फोडून, धुवून अर्धा तास पाण्यात भिजवून, निथळून, पुसून घ्या. नंतर मिक्सरवर चटणीप्रमाणे वाटा. वाटतानाच त्यात साखर घाला. आता एका जाड बुडाच्या कढईत हा गोळा तुपावर घोटून घ्या. कडेने सुटायला लागल्यावर कॉर्नफ्लॉवर व चॉकलेट पावडर घालून उतरवून घोटून घ्या. गोळा जमल्यावर थोडे कॉर्नफ्लॉवर घालून पोळपाटावर किंवा बटर पेपरवर लाटून चौकोनी शंकरपाळ्यांप्रमाणे कापा. वरून बदामाच्या कापांनी सजवा. चॉकलेटची स्ट्राँग चव आवडत असेल तर थोडी कोको पावडर घाला.

खजूर काजू कतली

- **साहित्य**

पाव किलो बिया काढलेला खजूर, एक वाटी दुधाची पावडर, अर्धी वाटी साय, दीड वाटी पिठीसाखर, दोन चमचे बदाम पावडर, चमचाभर वेलची पावडर, १०० ग्रॅम काजू पूड, थोडे पाणी

- **कृती**

खजूर चिरून मिक्सरमध्ये थोडा फिरवून बारीक करा. एका जाड बुडाच्या कढईत घालून त्यात साय घालून डावाने दाबून घोटून एकजीव करा. कढई खाली उतरवून त्यात बदाम पावडर मिसळून गोळा मळा.

पिठीसाखर व मिल्क पावडर एकत्र करून ते भांडे उकळत्या पाण्याच्या पातेल्यावर पाच-सात मिनिटे धरा. नंतर त्यात चाळलेली काजू पावडर घालून गोळा मळा. तयातच वेलची पूड घालून मळताना हवे तर थोडेसे पाणी वापरा.

आता पोळपाटाला तूप लावून त्यावर खजुराच्या गोळ्याची लहान पोळी लाटा. ती बाजूला ठेवून तेवढीच काजूच्या गोळ्याचीही लहान पोळी लाटा. नंतर थोडी काजू पोळी खजूर पोळीवर ठेवून दोन्ही एकत्र लाटा. हवे तर वर्ख लावून वड्या कापा.

जर्दाळू कतली

- **साहित्य**

१०० ग्रॅम जर्दाळू चिरून, एक वाटी दुधाची पावडर, एक टे. स्पून साखर, दीड वाटी पिठीसाखर, अर्धी वाटी क्रीम, थोडेसे पाणी, १०० ग्रॅम काजू पूड चाळून,

■ **कृती**

जर्दाळूची बी काढून टाका. जर्दाळूचे लहान तुकडे कापा. एक टे. स्पून साखर, क्रीम व जर्दाळूचे तुकडे एकत्र करून ते मिश्रण जाड बुडाच्या भांड्यात घालून मंद आचेवर ठेवा. हलवत राहा. साखर विरघळल्यानंतर गॅस जरा मोठा करा. उकळी येऊ द्या. पुन्हा गॅस बारीक करा व दहा मिनिटे सतत ढवळत शिजवा. सगळी क्रीम शोषून जर्दाळू मऊ झाल्यावर उतरवून थंड करा. शक्य तितके हाताने दाबून मऊ गोळा करा.

आता पिठीसाखर चाळून त्यात दूध पावडर मिसळा. हा बाऊल उकळत्या पाण्यावर पाच-सात मिनिटे धरा. नंतर उतरवून त्यात काजू पूड व जर्दाळूचे मिश्रण घालूनर गोळा मळा. पोळपाटाला तूप लावून लाटण्याने लाटून नंतर वड्या कापा.

झटपट पिस्ता बर्फी

■ **साहित्य**

अर्धा किलो खवा,
एक कप आयसिंग शुगर,
तीन टे. स्पून दूध पावडर,
एक टी स्पून हिरवा रंग,
एक टी स्पून पिस्त्याच्या अर्क,
१०० ग्रॅम पिस्ते

■ **कृती :**

खवा दहा मिनिटे मंद गॅसवर परता. त्यात आयसिंग शुगर, दूध पावडर, इसेन्स व रंग घालून परता. गॅस बंद करा. पिस्ते भरड करा. ट्रेला तुपाचा हात लावून खवा पसरा. त्यावर भरड पिस्त्याचा थर देऊन थापा. घट्ट झाल्यावर वड्या कापा. फ्रीजमध्ये ठेवा. विकतच्या वड्यांसारख्या सुंदर वड्या किंवा बर्फी होईल.

आईसी पिंक रॉक्स

- **साहित्य**

अडीच कप आयसिंग शुगर,
एका अंड्यातला पांढरा भाग,
पाव कप कंडेन्स्ड मिल्क,
दोन-तीन थेंब गुलाबी फूड कलर
पावणेदोन कप बाजारी खोबऱ्याचा कीस,
पाव चमचा क्रीम ऑफ टार्टर (हे मोठ्या स्टोअर्समध्ये मिळते),

- **कृती**

आयसिंग शुगर आणि क्रीम ऑफ टार्टर एकत्र करून चाळा. एका तसराळ्यात घेऊन मध्ये खड्डा करा. काट्याने अंड्यातील पांढरे फेसाळ होईपर्यंत फेटा. त्यात कंडेन्स्ड मिल्क घालून पुन्हा थोडे फेटा. हे मिश्रण आयसिंग शुगरमध्ये केलेल्या खड्ड्यात घाला. त्यातच अर्धा खोबऱ्याचा कीस घाला. नंतर हाताने मिश्रण एकत्र करा. हळूहळू त्यात उरलेला खोबऱ्याचा कीसही घाला. नंतर हाताने मिश्रण एकत्र नीट मळून त्याचे दोन भाग करा. अर्ध्या भागात गुलाबी रंगाचे थेंब घालून मिश्रण हाताने पुन्हा मळा. आता एका बर्फीच्या ट्रेला तुपाचा हात लावून त्यावर बटर पेपर घाला. त्यावर गुलाबी मिश्रण थापा. एक-दीड तास फ्रीजमध्ये ठेवून बाहेर काढून बर्फीप्रमाणे वड्या कापा.

तिखट वड्या

वडा म्हटले की मोठा आणि वडी म्हटली की छोटी हे समीकरण जसे आपल्या डोक्यात आहे, तसेच बऱ्याच वेळा वडी म्हणजे गोड असेच मनात येते. पण पानाची डावी बाजू किंवा दुपारची चटकमटक वेळ सांभाळणाऱ्या दुपारच्या चहाला गंमत म्हणून आणणाऱ्या ड्रिंक पार्टीत स्टार्टर म्हणून चालणाऱ्या अनेक प्रकारच्या खमंग, खुसखुशीत अशा तिखट वड्यासुद्धा आपण करतो. अशाच काही तिखट पाककृती.

पुणेरी बाकरवडी

- **साहित्य**

एक वाटी मैदा,
पाव वाटी डाळीचे पीठ,
चिमूटभर खायचा सोडा,
प्रत्येकी अर्धा चमचा तिखट, मीठ,
हळद, पाव वाटी तेलाचे मोहन

- **सारण**

एक वाटी बारीक शेव,
अर्धी वाटी धुऊन चिरून कोरडी केलेली कोथिंबीर,
प्रत्येकी एक टे. स्पून खसखस व खोबरे किसून दोन्ही भाजून,
प्रत्येकी अर्धा चमचा गरम मसाला, मीठ, आमचूर,
एक चमचा तिखट,
एक चमचा पिठीसाखर.

■ कृती

आमचुरमध्ये थोडे पाणी घालून पेस्ट तयार करा. इतर सर्व साहित्य चुरून एकत्र करा. गरम तेलाचे मोहन घालून पारीचे साहित्य घट्ट भिजवा. आता त्याचे दोन गोळे करून पापडाप्रमाणे पातळ लाटा. त्यावर आमचूर पेस्ट हाताने पसरा. त्यावर सारणाचे साहित्य अर्धे-अर्धे पसरावे. हाताने हलकेच दाबा म्हणजे चिकटून राहील. आता दोन्ही बाजू पाव इंच आत दुमडून घ्या व दाबा. पोळीचा उभा आयताकार होईल. तिची घट्ट गुंडाळी करा. दुसऱ्या पोळीचेही असेच करा. या गुंडाळ्यांचे एक इंच रुंदीचे तुकडे कापून मंद आचेवर तळा. या साहित्यात १८-२० वड्या होतात.

पुडाच्या वड्या

अतिशय खमंग असा हा खास कोल्हापुरी प्रकार आहे. या वड्या म्हणजे पुणेरी बाकरवडीचे भावंडंच आहे

■ पारीसाठी साहित्य

एक वाटी डाळीचे पीठ,
एक टे. स्पून कॉर्नफ्लॉवर,
अर्धी वाटी मैदा,
अर्धी वाटी तेल,
अर्धा चमचा तिखट,
पाव चमचा हळद,
तळण्यासाठी तेल

■ सारण

अर्धी वाटी सुक्या खोबऱ्याचा कीस,
एक वाटी कोथिंबीर,
पाव वाटी तीळ,
पाव वाटी खसखस,
पाव चमचा सायट्रिक ॲसिड,
अर्धा चमचा आले-लसूण वाटण,
एक चमचा गरम मसाला,
परतायला तेल साधारण पाव वाटी,
अर्धा चमचा हिंग पावडर दोन चमचे पाण्यात विरघळून,
चवीनुसार मीठ-साखर

- **कृती**

खोबरे, खसखस, तीळ वेगवेगळे भाजून घ्या. मिक्सरवर किंचित अगदी अर्धाच मिनिट फिरवून घ्या. कांदा बारीक चिरून उन्हात वाळवून घ्या (आदल्या दिवशी करून ठेवा). आता कढईत अर्धा टे. स्पून तेल टाकून त्यात कोथिंबीर परतून बाजूला ठेवा. मग उरलेले तेल घालून त्यात कांदा तळून (मंद आचेवर) तोही बाजूला ठेवा. आले-लसूण परता. त्यावर खसखस, तीळ, खोबरं परता. त्यावर कांदा, कोथिंबीर, सायट्रीक ॲसिड घाला. त्यावर मीठ, साखर, कांदा मसाला, गरम मसाला घालून दोन-तीन मिनिटे परतून बाजूला ठेवून गार करा. आता पाव वाटी तेल गरम करा. मैदा, डाळीचे पीठ, कॉर्नफ्लॉवर, मीठ, साखर, हळद एकत्र करा. त्यात हे तेल घालून घट्ट पीठ भिजवा. अर्ध्या तासाने उरलेल्या तेलाचा हात घेऊन खूप मऊ मळा. त्या पिठाच्या दोन पातळ पोळ्या लाटा. आता त्या पोळ्या ताटात पसरून त्यावर हिंगाचे पाणी लावा. त्यावर सर्व सारण पसरून दाबा. (सारणाचेही दोन भाग करा.) प्रत्येक पोळीची वळकटी करा. घट्ट गुंडाळा. शेवटच्या टोकाला पुन्हा हिंगाचे पाणी लावून चिकटवून बंद करा. हाताने दाबून चपटे करा. आता शंकरपाळ्याप्रमाणे म्हणजे डायमंड आकारात वड्या कापून मंद आचेवर तळा.

मिनी बाकरवडी

- **पारीचे साहित्य**

एक वाटी मैदा,
पाव वाटी डाळीचे पीठ,
चिमूटभर खायचा सोडा,
प्रत्येकी अर्धा चमचा तिखट, मीठ,
पाव चमचा हळद,
चिमूटभर जिरेपूड,
पाव वाटी तेलाचे मोहन

- **सारण**

दोन चमचे खसखस भाजून, पाव वाटी सुक्या खोबऱ्याचा भाजून-चुरून कीस, अर्धा कप बारीक तिखट शेव, प्रत्येकी अर्धा चमचा आमचूर पावडर, पिठीसाखर, मीठ, शिवाय पाव वाटी चिंचेच्या कोळात अर्धी वाटी गूळ घालून चटणी तयार करून घ्या.

▪ कृती

पारीचे साहित्य एकत्र करून मोहन घालून घट्ट भिजवा. सारण एकत्र नीट कालवा. पिठाची फुलक्याप्रमाणे पुरी लाटा. त्यावर चिंचेची चटणी हलकेच लावा. त्यावर सगळीकडे सारण पसरा आणि दाबा. घट्ट वळकटी करून छोट्या अर्ध्या इंचाच्या वड्या कापून मध्यम आचेवर तळा. अशा सगळ्या पिठाच्या वड्या करा.

या सारणात तळलेली कोथिंबीर किंवा तळलेला कांदा किंवा तळलेला पुदिना घालून त्या-त्या स्वादाच्या वड्या करता येतील.

अंड्याच्या रुमाली वड्या

▪ साहित्य

एक वाटी डाळीचे पीठ,
दोन अंडी,
एक चमचा आले-लसूण पेस्ट,
तीन मिरच्या,
मूठभर कोथिंबीर चिरून,
प्रत्येकी अर्धा चमचा हळद, तिखट,
गरम मसाला आणि मीठ,
अर्धा कप दूध.

▪ सारण

अर्धी वाटी किसून भाजलेले सुके खोबरे,
एक टे. स्पून भाजून कुटलेली खसखस

▪ कृती :

अंडी फोडून छान फेटा. त्यात दूध, डाळीचे पीठ, आले-लसूण पेस्ट, कोथिंबीर, मिरची पेस्ट, मीठ, तिखट, गरम मसाला, हळद हे सर्व साहित्य घाला. मंद गॅसवर ठेवून शिजवा. सतत ढवळत राहा. साधारण घट्ट होत आले की ओला रुमाल ताटावर पसरून त्यावर हा गोळा भराभर थापा. त्यावर भाजलेले खोबरे चुरून पसरा. खसखस भरडही पसरा. गरम असतानाच रुमालाच्या साहाय्याने घट्ट गुंडाळी करा. गुंडाळी करतानाच तिला त्रिकोणी आकार द्या. मग रुमाल काढून त्याच्या अर्धा इंच जाडीच्या वड्या कापून तळा.

कडबोळे

खरे तर हा मूळचा कर्नाटकी प्रकार. चकली आणि मुरुक्कूच्या मधला असा हा प्रकार म्हणता येईल. कन्नड शब्द आहे 'कोडबळे'. ही रव्याची, कणकीची, ज्वारीच्या पिठाची आणि सुप्रसिद्ध अठरा धान्यांचीसुद्धा करतात. पूर्वी घरातच कांडणे, डाळी करणे वगैरे व्हायचे. त्यामुळे डाळींचा चूर, धान्यांच्या कण्या असे साठायचे. त्यांचा उपयोग करायला म्हणून अठरा धान्यांचे कडबोळे सुरू झाले. उरल्यासुरल्यातून एक चविष्ट पदार्थ पुढे आला.

यात कडधान्ये, ज्वारी, बाजरी यांचा उपयोग जास्त होतो. खेडेगावांत, गरीब वर्गात काटेदार चकल्या 'साधत' बसायला बायकांना वेळ नसायचा. त्यामुळे चकलीच्या चवीला, रूपाला जवळ जाणारे कडबोळे पटकन लोकप्रिय झाले.

कडबोळ्याची भाजणी : प्रकार १

- **साहित्य**

प्रत्येकी दोन वाट्या ज्वारी, बाजरी, प्रत्येकी अर्धी वाटी गहू, हरभरा डाळ, प्रत्येकी पाव वाटी मूग डाळ, अख्खे मसूर, अर्धी वाटी धणे, पाव वाटी जिरे, अर्धा टी स्पून मेथ्या

■ कृती

- **कृती**

ज्वारी धुवून कापडावर पसरून सावलीत वाळवा. नंतर तांबूस होईपर्यंत भाजा. इतर साहित्य वेगवेगळे, कोरडेच भाजा. नंतर सर्व एकत्र करून जाडसर दळून आणा.

कडबोळ्याची भाजणी : प्रकार २

- **साहित्य**

दोन वाट्या बाजरी,
प्रत्येकी दीड वाटी
ज्वारी, उडीद डाळ,
एक वाटी तांदूळ, हरभरा डाळ,
प्रत्येकी अर्धी वाटी गहू, मूग डाळ,
अर्धी वाटी धणे,
पाव वाटी जिरे

- **कृती**

सर्व साहित्य वेगवेगळे भाजून एकत्र जाडसर दळून आणा.

कडबोळ्याची भाजणी : प्रकार ३

- **साहित्य**

तीन वाट्या ज्वारी,
प्रत्येकी एक वाटी बाजरी, उडीद
डाळ, प्रत्येकी अर्धी वाटी हरभरा
डाळं, गहू, तांदूळ, धणे,
अर्धा टी स्पून मेथ्या

- **कृती**

सर्व साहित्य वेगवेगळे भाजून एकत्र जाडसर दळून आणा.

कडबोळ्याची भाजणी : प्रकार ४

■ साहित्य

दोन वाट्या तांदूळ,
प्रत्येकी एक वाटी ज्वारी, बाजरी,
उडीद डाळ, हरभरा डाळ,
कच्चे पोहे,
प्रत्येकी अर्धी वाटी तूर डाळ, गहू,
प्रत्येकी पाव वाटी धणे-जिरे,
एक टी स्पून मिरे

■ कृती

सर्व साहित्य वेगवेगळे भाजून एकत्र जाडसर दळून आणा.

अठरा धान्यांची कडबोळी

■ साहित्य

तीन वाट्या गहू,
प्रत्येकी अर्धी वाटी मूग, मटकी,
मसूर, पहुलगे, पांढरे वाटाणे, काळे
वाटाणे, चवळी, ज्वारी, बाजरी,
नाचणी, वरई, राजगिरा, गहू,
हरभरा डाळ, उडीद डाळ,
मूग डाळ, तूर डाळ,
एक वाटी धणे,
अर्धी वाटी जिरे

■ कृती

सर्व साहित्य वेगवेगळे भाजून एकत्र जाडसर दळून आणा.कडबोळी करताना पिठाच्या निम्मे पाणी उकळून थोडे बाजूला काढून ठेवा. उरलेल्या पाण्यात तिखट, मीठ, ओवा, तीळ आणि तेल घालून भाजणी घाला. मिश्रण ढवळून झाकून ठेवा.

पंधरा-वीस मिनिटांनी थोडे पीठ परातीत घेऊन जरुरीनुसार पाणी घालून मळून त्याची कडबोळी करा आणि तेलात तळा.

बेळगावी कडबोळी

- **साहित्य**

दोन वाट्या तांदळाची भाजणी,
अर्धी वाटी लोणी,
एक टी स्पून जिरे,
एक टे. स्पून बारीक चिरलेला कढीपत्ता,
पाव टी स्पून हळद (ऐच्छिक),
चवीनुसार मीठ,
पीठ भिजवण्यासाठी निरसे दूध,
तळण्यासाठी तूप

- **कृती :**

पिठात जिरे, मीठ, लोणी, हळद आणि कढीपत्ता घालून दुधाने पीठ घट्ट मळा. लांबट किंवा गोल आकाराची कडबोळी करून मोतिया रंगावर तळा.

रव्याची कडबोळी

- **साहित्य**

दीड वाटी बारीक रवा,
दोन टे. स्पून तांदूळ पिठी,
पाऊण वाटी मैदा,
पाव वाटी तूप,
अर्धी वाटी सुके खोबरे,
दीड वाटी लाल तिखट,
दीड चमचा मीठ,
तळण्यासाठी तेल

- **कृती**

मंद आचेवर रंग न बदलता रवा भाजा. भाजत असतानाच त्यात दोन चमचे तूप घाला. मैदाही मंद आचेवर भाजून घ्या. खाली उतरवण्यापूर्वी चमचाभर तूप घालून परतून उतरवा.

तांदळाची भाजणी (कोकणी)

- **साहित्य**

चार वाट्या तांदूळ,
पाव वाटी उडीद डाळ,
एक टे. स्पून जिरे

- **कृती**

तांदूळ धुवून सावलीत वाळवा. नंतर डाळ व तांदूळ वेगवेगळे भाजून जिऱ्यासह एकत्र दळून आणा.

मिश्र भाजणीची कडबोळी

- **साहित्य**

कोणत्याही प्रकारची चार वाट्या भाजणी,
दोन टे. स्पून मोहन (तेल किंवा लोणी),
एक टे. स्पून ओवा,
एक टे. स्पून तीळ,
चवीनुसार तिखट, मीठ,
पाव टी स्पून हळद,
पाणी,
तळण्यासाठी तेल

- **कृती**

दोन वाट्या पाणी उकळून त्यात भाजणी सोडून इतर सर्व साहित्य घाला. शेवटी भाजणी घालून थोडा वेळ झाकून ठेवा. मिश्रण थोडं गार झाल्यावर थंड पाण्याच्या हाताने पीठ मळून बोटभर लांबीची कडबोळी वळा. तिची टोके चिकटवून किंवा गोल वेढा देऊन लांबट किंवा गोल आकाराची कडबोळी तयार करा. तेलात तळा.

हुरड्याची कडबोळी

■ साहित्य

दोन वाट्या हुरड्याचे पीठ,
एक टे. स्पून तीळ,
एक टे. स्पून तिखट,
पाव टी स्पून हळद,
चवीनुसार मीठ,
दीड ते दोन टे. स्पून कडकडीत तेलाचे मोहन,
तळण्यासाठी तेल

■ कृती

पिठात सर्व साहित्य आणि कडकडीत तेलाचे मोहन घालून उकळत्या पाण्याने पीठ भिजवा. नेहमीप्रमाणे कडबोळी करून मंद आचेवर तळा.

पोह्याची कडबोळी

■ साहित्य

पाव किलो पोहे,
हळद, मीठ,
तिखट, हिंग,
थोडी बारीक चिरलेली कोथिंबीर,
थोडे तीळ,
तेल

■ कृती

पोहे जरासे भाजून दळा. त्यात इतर साहित्य मिसळून गरम पाण्याने पीठ मळा. पंधरा-वीस मिनिटे झाकून ठेवा. नंतर जरुरीपुरता पाण्याचा हात लावून मऊ मळून कडबोळी वळा व तेलात तळा. ही कडबोळी फार दिवस टिकत नाहीत. बदल म्हणून करायला हरकत नाही.

इतर अनवट पदार्थ

खव्याची शाही चंद्रकला

■ **पारीसाठी साहित्य**

एक वाटी मैदा,
चिमूटभर खायचा सोडा,
पाव वाटी दही,
दोन चमचे तूप,
पाणी

■ **सारण साहित्य**

एक वाटी खवा,
मूठभर सुकामेवा चिरून,
चिमूटभर केशर
पाक : दीड कप साखर,
एक कप पाणी

■ **कृती :**

मैदा, सोडा, तूप एकत्र कालवून त्यात दही व पाणी घालून पुरीप्रमाणे भिजवा. त्याच्या लहान गोळ्या करून छोट्या आकाराच्या पुऱ्या तयार करा.

सारणाच्या खव्यात सुकामेवा मिसळून घ्या. केशरही चुरून घाला. आता प्रत्येक पुरीवर सारण घालून दुसऱ्या छोट्या पुरीने झाका. कडांना मुरड घालून बंद करा. नंतर साखर, पाणी घालून एक तारी पाक करा. त्यात एकेक चंद्रकला बुडवून ताटात काढून ठेवून वाळवा. आवडत असल्यास वर्ख व गुलाब पाकळ्यांनी सजवा.

मातृभोग

■ साहित्य

अर्धी वाटी खवा,
चार टे. स्पून (अर्ध्या वाटीला थोडा कमी) मैदा, पाच चमचा खायचा सोडा,दोन कप साखर,
दोन चमचे दुधाचा मसाला (किंवा काजू, बदाम, पिस्ते, केशर, वेलची अशी एकत्र मिक्सरवर पुड करून घ्या),
चार टे. स्पून किसलेले पनीर, एक टे. स्पून पिठीसाखर,
थोडी वेलची पूड,
असल्यास केशरी रंग,
तळण्यासाठी रिफाइन्ड तेल

■ कृती

पुरण यंत्रातून (मिक्सरमधून नको) खवा काढून घ्या. मंद गॅसवर रंग न बदलेपर्यंत भाजा. खवा गार झाल्यावर त्यात पनीर, पिठीसाखर, वेलची पूड, सोडा, मैदा आणि रंग घालून नीट मळून घ्या. त्याचे लांबट आकाराचे गोळे करून मंद आचेवर तळा. (रंग काला जामूनप्रमाणे काळपट चॉकलेटी यावा.) दरम्यान साखरेत एक कप पाणी घालून त्याचा एक तारी पाक करा. त्यात हे तळलेले गोळे सोडा. दोन-तीन तासांनी गोळे ताटात काढून ठेवा. साधारण अर्ध्या-पाऊण तासाने थोडे सुकल्यावर प्रत्येक गोळा दुधाच्या मसाल्यात घोळवून पेपरवर ठेवा.

खव्याच्या लवंगलतिका

■ साहित्य

पाव किलो मैदा,
पाव वाटी पातळ तूप (गरम),
दोन चिमटी मीठ

■ सारण

दोन वाट्या खवा,
पाव वाटी पिठीसाखर,
दोन चमचे काजूची भरड पूड,
१०-१५ लवंगा, तेल,
पाकासाठी साखर

- **कृती**

मैद्यात तूप, मीठ घालून घट्ट भिजवून झाकून ठेवा. दरम्यान खवा थोडा भाजून घ्या. गार झाल्यावर पिठीसाखर, काजू, बेदाणे, वेलची घालून सारण करावे. आता मैद्याच्या पुऱ्या लाटून मध्ये चमचाभर सारण चौकोनी आकारात ठेवा. दोन्ही बाजू आत दुमडून त्याने सारण झाका. वरच्या व खालच्या बाजूनेही तसेच करा. मधोमध लवंग लावून गरम तेलात तळा. गुलाबीसर रंग झाल्यावर काढा.

दीड वाटी साखरेत पाऊण वाटी पाणी घालून दोन तारी पाक करा. तळलेल्या लवंगलतिका पाकातून काढून चाळणीत सुकण्यासाठी ठेवा.

अशाच प्रकारे खोबऱ्याच्या लवंगलतिका करता येतात. सर्व पद्धत तीच. फक्त खव्याऐवजी खोबऱ्याचा कीस व खसखस घाला.

मोहनथाळ

- **साहित्य**

दोन वाट्या जाडसर डाळीचे पीठ,
एक वाटी तूप,
दीड वाटी साखर,
पाव वाटी काजू, बदामाचे काप,
अर्धी वाटी खवा,
वेलची पूड,
थोडे दूध,
केशर किंवा केशरी रंग

- **कृती**

पिठाला एक मोठा चमचा तूप आणि एक मोठा चमचा दूध चोळून अर्धा तास दडपून ठेवा. नंतर हे पीठ चाळून जो रवा पडेल तो तुपात खमंग भाजा. बेसनाच्या लाडवाप्रमाणे तूप सुटू लागल्यावर त्यात खवा किसून घालून जरा वेळ परता. साखरेचा दोन तारी पाक करून त्यात केशरी रंग, वेलची पूड आणि भाजलेले मिश्रण घालून चांगले घोटा. ते मिश्रण तूप लावलेल्या उंच काठाच्या थाळ्यात किंवा बर्फीच्या ट्रेमध्ये एक ते दीड इंच जाड ओता. वर काजू-बदामाचे काप लावा. गार झाल्यावर जरा मोठ्या चौकोनी वड्या कापा.

केशर-पिस्ता चंपाकळी

- **साहित्य**

तीन वाट्या मैदा,
पाऊण वाटी वनस्पती तूप,
चार चमचे दूध पावडर,
दोन चमचे कॉर्नफ्लॉवर,
दोन वाट्या दूध,
लागेल तसे पाणी,
तळण्यासाठी तेल,
दहा पिस्ते व पाव चमचा केशर यांची पूड,
चिमूटभर मीठ

- **पाकासाठी**

अर्धा किलो साखर,
सव्वा कप पाणी,
अर्धा चमचा वेलची पूड,
चिमूटभर केशरी रंग

- **कृती**

मीठ व तीन लहान चमचे तूप परातीत फेसा. त्यात मैदा चोळा. दूध आणि पाणी घालून घट्ट भिजवा. उरलेले तूप व कॉर्नफ्लॉवर मिक्सरच्या चटणीच्या भांड्यातून फिरवून साटे करा. आता पिठाचे नऊ गोळे करा. प्रथम ते गोळे फुलक्याएवढे लाटा. त्याला साटे लावून तीन फुलके एकावर एक लावा. साटे फार जास्त नको. प्रत्येक दोन पोळ्यांमध्ये चमचाभर या प्रमाणात पुरवा.

आता हे तीनही फुलके एकमेकांवर दाबून मोठ्या पोळीएवढ्या पुऱ्या करा. मध्यभागी शक्य तेवढ्या उभ्याउभ्या चिरा द्या. आता पुरीची दोन्ही टोकं दोन हातात धरून जरा पिळा. छान पिंजरा तयार होतो. अशा प्रकारे सगळ्या चंपाकळी करून कागदावर ठेवा. दरम्यान साखरेत पाणी घालून दोन तारीच्या जरा पुढचा पाक करा. (पाक उचलून चमच्याने सोडला तर शेवटचे थेंब सुटेसुटे व सावकाशीने पडले पाहिजेत.) उतरवून त्यात केशर, पिस्ते, वेलची पूड, रंग घालून ढवळा. त्यात एकेक चंपाकळी बुडवून ताटात काढा. पाच-दहा मिनिटांत सुकतात. (या साहित्यात साधारण ५० चंपाकळ्या होतात.)

घीवर

■ **साहित्य**

तीन वाट्या मैदा, अर्धी वाटी चांगले तूप, अडीच वाट्या पाणी, तळण्यासाठी तूप किंवा रिफाइन्ड तेल, पाकासाठी अडीच वाट्या साखर, तेवढेच पाणी.

■ **कृती**

साजूक तूप व अर्धी वाटी पाणी एकत्र करून हॅंड मिक्सी किंवा रवीने एका पातेल्यात खूप घुसळून घ्या. पाणी पुन्हा वेगळे व्हायला लागल्यावर त्यात थोडा-थोडा मैदा घालत, घुसळत, पाणी घालत गुठळी होऊ न देता पीठ भिजवा. भजीपेक्षा पातळ पीठ होईल. आता एका उभ्या डब्यात किंवा गंजात तळण्यासाठी तूप किंवा तेल घाला. एक-तृतियांश गंज तूप असावे. ते तापून उकळू लागल्यावर गॅस बारीक करावा. पिठाचे मिश्रण डावभर घेऊन त्याची या गंजात मधोमध धार धरा. घीवर जाळीदार होत पसरतो. मग विणायच्या सुईने किंवा काट्याने उलटवा. कडक व गुलाबी झाल्यावर चाळणीत काढा. गार झाल्यावर त्यावर पाक घाला. बदाम-पिस्त्याचे काप, देशी गुलाबाच्या पाकळ्या, वेलची पूड, केशर पूड किंवा दुधाचा मसाला भुरभुरा.

■ **पाकासाठी** : साखर व पाणी एकत्र करून उकळवा. एक तारी पाक झाल्यावर एक मिनिट उकळत ठेवून मग उतरवा. लक्ष्मीपूजनात नैवेद्याला अनारसे किंवा घीवर लागतात. हे असे तयार घीवर नैवेद्यासाठी तर उत्तमच; पण जेवताना त्यावर रबडी घालून शाही पक्वान्न म्हणून वाढता येते.

रबडी

रबडी पुढीलप्रमाणे तीन प्रकारांनी करता येते :

१. एक डबा कंडेन्स्ड मिल्क आणि एक कप सायीसकट दूध एकत्र करून.
२. अर्धा लीटर दुधात एक वाटी साखर व १०० ग्रॅम खवा घालून मंद आचेवर उकळून.
३. एक लीटर दूध आटवून निम्मे करून त्यात अर्धी वाटी साखर घालून.

म्हैसूरपाक

- **साहित्य**

एक वाटी हरभरा डाळीचे पीठ, तीन वाट्या पातळ तूप,
दोन वाट्या साखर, पाऊण वाटी पाणी

- **कृती**

चमचाभर तुपावर डाळीचे पीठ किंचित भाजा. नंतर साखरेत पाणी घालून साखर मंद आचेवर विरघळवून घ्या. साखर विरघळल्यावर पीठ घालून मिसळा. लगेचच वरून गरम तुपाची धार धरत एका हाताने मिश्रण हलवा. नंतर कालथ्याने मिश्रण ढवळत राहा. तूप पिठात मिसळते, बुडबुडे येतात, जाळी दिसते. कडेने तूप सुटायला लागल्यावर, मिश्रणातून बाहेर यायला लागल्यावर (साधारण तूप घातल्यानंतर १०-११ मिनिटांनी) पातेले खाली उतरवून मिश्रण घोटून घ्या. आता मिश्रणाचा गोळा मधोमध तुपात दिसतो. बाजूचे तूप काढून घेऊन मिश्रण थाळ्यात ओता. जरा गार झाल्यावर वड्या पाडा.

तिळाचा म्हैसूरपाक

- **साहित्य**

दोन वाट्या तीळ, दीड वाटी साखर, तीन वाट्या तूप

- **कृती**

तीन खमंग भाजून त्याची पूड करा. साखरेत पाव वाटी पाणी घालून पाक करायला ठेवा. एक तारी पाक करा. एकीकडे तूपसुद्धा गरम करायला ठेवा. पाकात तिळाची पूड घालून चांगले ढवळा आणि वरून गरम तुपाची धार धरा. तूप संपेपर्यंत जाळी दिसायला लागली की मिश्रण थाळ्यात ओता. गरम असतानाच वड्या कापा. थाळ्याखाली एका बाजूला आधार देऊन थाळा तिरका करून ठेवा म्हणजे जादाचे तूप सुटून येईल.

अनारसे

■ अत्यंत प्राचीन अशी ही एक पाककृती आहे. बऱ्याच जुन्या ग्रंथांतही अनारसे करण्याची पद्धत सापडते. 'अपूप' म्हणजे गोड पुरीसदृश प्रकार. भोपळ्याच्या पुऱ्या इत्यादी. त्याच जातीतील; पण तांदळापासून बनवलेला हा जाळीदार अनारसा 'साळीअपूप' या नावाने जुन्या पाकशास्त्रांच्या ग्रंथांत, संस्कृतीकोशात सापडतो.

अनारसे करताना पहिले पथ्य पाळायचे ते गुळाचे. गूळ उत्तम प्रतीचा पिवळा, कमी सोड्याचा हवा. म्हणून तो खाऊन बघावा. खारट, काळपट गूळ घेऊ नये. साखरेचे करायचे असतील तर काही प्रश्नच नाही. साखर आणि गूळ समप्रमाणात एकत्र करूनही अनारसे करता येतात.

■ अनारशासाठीचे तांदूळ नेहमी जेवढे जुने तेवढे चांगले. छान वासाचे आंबेमोहोर तांदूळ वापरावेत. तांदूळ व गूळ यांचे प्रमाण सम असावे. पण तेही 'वजनात' मापाने नव्हे. १०० ग्रॅम तांदळाला १००च गूळ घ्यावा.

■ साधारणपणे अनारशाचे पीठ दहा दिवस आधी करावे. अनारसा जाड थापू नये. कडक, कुरकुरीत, पातळ म्हणजे चांगले अनारसे. जाड, मऊ म्हणजे बिघडलेले अनारसे. अनारसे थापताना हाताच्या बोटाच्या शेंड्यांनी थापावेत. पीठ तयार करताना तूप वापरावे. तळण्यासाठी तेल किंवा तूप काहीही चालेल.

■ पीठ तयार केल्यावर ते डब्यात न ठेवता काचेच्या बरणीत ठेवले तर जास्त टिकते. अनारसे साखर / खसखस अथवा दोन्हींच्या मिश्रणावरही थापतात. पीठ मळताना पाण्याचा वापर अजिबात नको. हवे तर तूप, केळे कुस्करून घ्यावे. आणि ते घालून पीठ कोरडे वाटल्यास मळावे. अनारसे तळताना खसखशीची बाजू वर येईल असे तेलात किंवा तुपात सोडावेत. त्यावर तेल उडवावे. कधीही अनारसा उलटून तळू नये. तळल्यावर चाळणीत उभे लावावेत म्हणजे तूप निथळते. अनारसे मंद आचेवर तळावेत. अनारसा तांबूस रंगाचा झाल्यावर काढावा. छान जाळी पडलेला, खुसखुशीत, कुरकुरीत, लालसर सोनेरी रंगाचा– ही उत्तम अनारशाची लक्षणे आहेत.

■ अनारसे 'हसले' म्हणजे तुपात / तेलात टाकल्यावर विरघळले. असे होण्याची कारणे म्हणजे (१) तेल / तूप नीट तापलेले नसणे. (२) पीठ फार

मऊ / सैल होणे (३) गूळ चांगला नसणे (४) गूळ, तांदूळ यांच्या वजनात फरक असणे (५) पीठ मुरलेले नसणे. पीठ कमीत कमी १५ दिवस तरी आधी करून ठेवावे.

अनारसा पीठ बनवणे

▪ गूळ व तांदूळ एकाच वजनाचे घ्यावेत. तांदूळ स्वच्छ धुवून तीन दिवस भिजवून ठेवावेत. रोज त्यातील पाणी बदलावे. चौथ्या दिवशी चाळणीवर उपसून ठेवावेत. तासाभराने सावलीत एखाद्या कापडावर पसरून वाळवावेत. पूर्ण वाळवायचे नाहीत. किंचित दमट असतानाच मिक्सरवर दळून त्याची पावडर करावी. मैद्याच्या चाळणीने पीठ चाळून घ्यावे.

▪ अर्धा किलो तांदळासाठी अर्धा किलो पिवळा गूळ घ्यावा. (पाव किलो गूळ आणि पाव किलो पिठीसाखरही चालेल. पण गुळाचे अनारसे जास्त खमंग होतात.) अर्धी वाटी साजूक तूप पातळ करून घ्यावे. आता गूळ किसून घ्या. परातीत तूप, गूळ एकत्र थोडे फेसून घ्यावे. त्यात पीठ घालावे. (अर्धी वाटी पीठ बाजूला काढून ठेवावे) चांगले मळून त्याचे तीन-चार गोळे करून काचेच्या बरणीत भरून ठेवावेत. करताना एक गोळा घेऊन तुपाचा हात लावून मऊ मळावा. पेढ्याएवढ्या गोळ्या करून खसखशीवर बोटांनी थापावा. मंद आचेवर खसखशीची बाजू वर करून, तेल / तूप उडवत तळावा. तांबूस झाल्यावर काढून घ्यावा. पूर्ण गार झाल्यावरच डब्यात भरावा.

▪ सोलापूर, पंढरपूर, बार्शी या भागांत ज्वारीचेसुद्धा अनारसे करतात. करण्याची पद्धत सगळी तीच. पण भिजवण्यापूर्वी ज्वारी सडून, साल पाखडून मग भिजवतात.

- **साहित्य**

चार वाट्या तांदूळ,
चार वाट्या साखर,
एक वाटी रिफाइन्ड तेल,
अर्धी वाटी खसखस,
एक टी स्पून साखर,

- **कृती**

तांदूळ भिजत घाला. सकाळ-संध्याकाळ पाणी बदला. तीन दिवसांनी तांदूळ चाळणीवर टाका. फडक्यावर पसरवा. दमटसर असतानाच फूड प्रोसेसरमध्ये अथवा मिक्सरमध्ये बारीक वाटा. सपिठाच्या चाळणीने चाळा. साखर मिक्सरमधून काढा. तांदळाचे पीठ, साखर व तेल एकत्र करून पुन्हा मिक्सरमधून काढा. त्याचे गोल गोळे करून स्टीलच्या डब्यात ठेवा. आठ-दहा दिवसांनी आपल्याला हवे तेवढे पीठ घेऊन मळा. प्लास्टिकच्या पिशवीवर तेलाचा हात लावून खसखस व साखर एकत्र करून पसरवा. त्यावर छोटी गोळी घेऊन पातळ अनारसा थापा. साखरेमुळे अनारसा सुंदर, जाळीदार होतो. तळताना तेल तापवून मध्यम आचेवर, वर खसखस येईल असा अनारसा तळायला टाका. झाऱ्याने त्यावर तेल उडवा. सुंदर, जाळीदार, खुसखुशीत अनारसा तयार होईल. गुळाचा अनारसा करायचा असल्यास साखरेइतकाच किसलेला गूळ घ्यावा. बाकी प्रमाण तेच ठेवावे. अनारशाचे पीठ कोरडे वाटल्यास रिफाइन्डचा हात लावून मळा.

चिरोटे

- हे करंज्यांचेच भावंडं! यासाठीसुद्धा रवा, मैदा किंवा फक्त रवा किंवा मैदा वापरतात. चिरोट्याला तुपाचेच फेटून मोहन असते. पण नेहमीपेक्षा कमी असते. कारण परत त्यात साट्याचे तूपही येतेच. चिरोट्याच्या पोळ्या नेहमी होतील तेवढ्या पातळ लाटाव्यात. मुळात पीठही पुरीप्रमाणे घट्ट भिजवावे.
- साटा करताना तूप फेसून त्यात कॉर्नफ्लॉवर किंवा तीन दिवस भिजवून दळलेल्या तांदळाची पिठी किंवा आरारुटचे पीठ वापरावे. साटा लावताना उगीचच खूप जास्त जाड थर देऊ नये.
- चिरोट्याचे पीठ भिजवताना रवा / मैदा थंड असेल आणि दूध किंवा

पाणीही थंड असेल तर चिरोटे छान होतात. चिरोटे खुसखुशीत होण्यासाठी तुपाचे मोहन वापरावे. चिरोटेसुद्धा मध्यम आचेवर तळावेत. एकदम खूप चिरोटे कढईत तळण्यासाठी टाकू नयेत. ते फुलण्यासाठी जागा लागणार हे लक्षात घेऊन एका वेळी दोन-तीनच टाकावेत. तळताना त्यावर झाऱ्याने तूप उडवावे म्हणजे चिरोटे फुलतात.

▪ साहित्य

चार वाट्या मैदा,
एक टी स्पून तेल, मीठ,
चार वाट्या कॉर्नफ्लॉवर,
दोन वाट्या वनस्पती तूप,
तळण्यासाठी रिफाइन्ड तेल,
दोन वाट्या पिठी

▪ कृती

मैद्यात तेल व मीठ घालून गोळा भिजवा. करतेवेळी तेलाचा हात लावून खूप मळा. सारख्या गोळ्या तयार करा. अत्यंत पातळ पोळ्या लाटा. पोळी लाटून त्यावर पिठी भुरभुरा. घडी घालून पोळी फडक्याखाली झाका.

एक पोळी घेऊन फेसलेले कॉर्नफ्लॉवर व वनस्पती तूप गरम करावे. त्याचा पातळ पोळीवर द्या. त्यावर दुसरी पोळी ठेवा. मघाप्रमाणेच कृती करा. तिसरी पोळी ठेवा. कडा दुमडून वळकटी तयार करा. सुरीने साखरे चौकोन कापा. हलक्या हाताने लाटा. रिफाइन्ड तेल चांगले तापवून आच मध्यम करून चिरोटे तळा. चिरोटा पापडाच्या चिमट्याने उभा धरून तळणीचे तेल आत उडवा. सुंदर खुसखुशीत चिरोटा तयार होईल.

पाकातला चिरोटा

वरीलप्रमाणेच चिरोटे करा. फक्त पिठात जिलेबीचा रंग घाला. आदल्या दिवशी चिरोटे करा.

■ **पाक :** चार वाट्या साखर, दोन वाट्या पाणी घालून पक्का पाक करा. त्यात रंग, लिंबू, केशर घालावे. पाक गंजात घ्यावा. पातेल्यात गोल चाळणी ठेवा. गरम पाकात पापडाच्या चिमट्यात धरून एक चिरोटा बुडवा. लगेच काढून चाळणीत उभा ठेवा. जास्तीचा पाक खाली जाईल. पाक सतत गरम असावा.

मसाला चंपाकळी

■ **साहित्य**

दोन वाट्या मैदा,
प्रत्येकी अर्धा चमचा हिंग पूड, जिरे पूड - ओवा पूड , खायचा सोडा, दीड डाव तेल (साधारण पाव वाटी),
अर्धा ते पाऊण चमचा मीठ,
तळण्यासाठी तेल

■ **चटणी वरून लावायला**

एक चमचा चाट मसाला,
एक चमचा लाल तिखट,
दोन चमचे चिंचगुळाची चटणी,
अर्धा चमचा मिरपूड

■ **कृती**

इतर सर्व साहित्य व गरम तेल मैद्यात घालून पीठ घट्ट भिजवा. वरून लावायच्या चटणीचे साहित्य एकत्र करून घ्या. या पिठाचे पुरीला करतो त्याच्या निम्मे लहान-लहान गोळे करा. त्याच्या अगदी छोट्या जाडसर पुऱ्या लाटा. अर्ध्या पुऱ्यांवर चटणी लावा आणि उरलेल्या पुऱ्या त्यावर पसरून दाबा. पुन्हा थोड्या लाटा. मग पुरीच्या कडेचा अर्धा इंच भाग सोडून मध्ये सुरीने तीन चिरा द्या. दोन्ही हातांनी कड पिळून त्या पुरीचा पिंजरा करा. असे सर्व गोळ्यांचे करून चंपाकळ्या तळा.

चंपाकळी

■ **साहित्य**

चार वाट्या मैदा,
एक वाटी रिफाइन्ड तेल,
पाव टी स्पून बेकिंग पावडर,
एक टी स्पून मिरपूड,
दोन टी स्पून ओवा,
दोन टी स्पून भरड केलेले जिरे,
मीठ, तळण्यासाठी रिफाइन्ड तेल.

■ **कृती**

मैद्यात गरम तेल व मीठ घाला. सर्व पावडरी घालून पीठ घट्ट भिजवा. पुरी लाटा. मधोमध सुरीने सहा काप द्या. समोरासमोरच्या कडा चिकटवा. दोन्ही हातात दोन बाजूंची टोके धरून विरुद्ध दिशेला वळवा. चाफेकळीसारखा आकार येईल. मध्यम आचेवर रिफाइन्ड तेलात तळा.

लवंगलतिका

■ **साहित्य**

चार वाट्या मैदा, दोन वाट्या नारळाचा चव, एक वाटी साखर,
एक टी स्पून रोझ इसेन्स, लवंगा,
मीठ, एक टी स्पून बेकिंग पावडर,
दोन वाट्या साखर (पाकासाठी),
तळण्यासाठी रिफाइन्ड तेल

■ **कृती**

मीठ, बेकिंग पावडर घालून मैदा घट्ट भिजवा. साखर व नारळाचे सारण तयार करा. मैद्याची पुरी लाटून मधोमध सारण घाला. समोरासमोरच्या कडा एकमेकांवर दाबा. चौकोनी लवंगलतिका तयार होईल. त्याला मधोमध एक लवंग टोचा. मध्यम आचेवर गुलाबी लवंगलतिका तळा. साखर व पाणी यांचे मिश्रण करून पक्का पाक करा. त्यात रोझ इसेन्स घाला. प्रत्येक लवंगलतिका गरम पाकात बुडवून चाळणीत काढून ठेवा. पाक घट्ट वाटल्यास किंचित पाणी घाला.

बालूशाही

- **साहित्य**

अर्धा किलो मैदा,
अर्धी वाटी घट्ट तूप,
प्रत्येकी पाव चमचा सोडा आणि
मीठ, तळण्यासाठी तेल / तूप,
पाकासाठी दोन वाट्या साखर,
एक वाटी पाणी,
थोडे बदाम, पिस्त्याचे काप

- **कृती**

एका तसराळ्यात तूप व मीठ एकत्र करून खूप फेटा. पांढरे व हलके झाल्यावर त्यात मैदा व सोडा घाला. हाताने ते तूप त्या मैद्याला चांगले चोळा. नंतर थोडे-थोडे पाणी घालत अगदी घट्ट भिजवा. त्याचे पेढ्याएवढे गोळे करून पेढ्याप्रमाणेच मध्ये किंचित दाबा. नंतर कढईत तेल घेऊन मध्यम आचेवरच गुलाबीसर तळा.दरम्यान साखरेत पाणी घालून दोन तारी पाक करा. त्यात तळलेली बालूशाही बुडवून ताटात काढून सुकवण्यासाठी ठेवा. त्याच वेळी वरून बदाम-पिस्त्याचे काप भुरभुरा. पूर्ण सुकल्यावर डब्यात भरून ठेवा. ही बालूशाही १५ दिवस चांगली राहते.

चॉकलेट खवा रोल

- **साहित्य**

अर्धा किलो खवा,
दोन मोठे चमचे ड्रिंकींग चॉकलेट,
दोन चमचे इन्स्टंट कॉफी,
एक मोठे चॉकलेट किसून,
अर्धा कप दूध,
एक कप आयसिंग शुगर,
अर्धा कप पिठीसाखर,
दोन थेंब व्हॅनिला इसेन्स,
काजू भाजून त्याची भरड पावडर
दोन चमचे

▪ कृती

अर्धा खवा घेऊन त्यात दोन चमचे दूध घाला. जाड बुडाच्या कढईत दोन ते तीन मिनिट परता. खाली उतरवून त्यात व्हॅनिला इसेन्स झाला. आता उरलेल्या दुधात चॉकलेट व कॉफी पावडर घाला. ते उरलेल्या खव्यात मिसळून तोही जरा वेळ परता. खाली उतरवून ठेवा. गार झाल्यावर दोन्हीतही अर्धी पिठीसाखर व अर्धी आयसिंग शुगर घाला. दोन्ही गोळे नीट मळा.

आता आधीचा पांढरा गोळा पोळपाटावर थापा. त्यावर चॉकलेटी थापा. दोन्हींची गुंडाळी दाबून घट्ट करा. आता चॉकलेट किसून घ्या. काजूपूड व किसलेले चॉकलेट एका ताटलीत घेऊन त्यात हा रोल घोळवा म्हणजे वरून सगळीकडून त्याला चॉकलेट व काजूचा चुरा चिकटेल. एका ॲल्युमिनिअमच्या फॉईलमध्ये गुंडाळून फ्रीजमध्ये ठेवा. द्यायच्या वेळी एकेक इंचाचे तुकडे कापा.

कोकोनट मँगो रोल

▪ साहित्य

दोन कप नारळाचा चव, अर्धा कप साय, एक कप साखर, अर्धा डबा कंडेन्स्ड मिल्क, अर्धा कप मँगो पल्प, एक कप आयसिंग शुगर, पाव किलो काजूची बारीक पावडर

▪ कृती

नारळाचा चव मिक्सरमध्ये वाटून बारीक करून घ्या. एका नॉनस्टिक कढईत साखर, साय व नारळ एकत्र शिजवा. त्याचा गोळा तयार झाला पाहिजे. दरम्यान काजू पावडर, आयसिंग शुगर एकत्र करा. त्यात आधी आंब्याच्या पल्प आणि लागेल तसे कंडेन्स्ड मिल्क घालून पुरीच्या कणकेप्रमाणे गोळा मळा.

मग ही पिवळी पोळी लाटा. त्यावर नारळाच्या मिश्रणाचा गोळा जरा निवल्यावर थापा. अळूवडीप्रमाणे वळकटी करून वड्या कापा

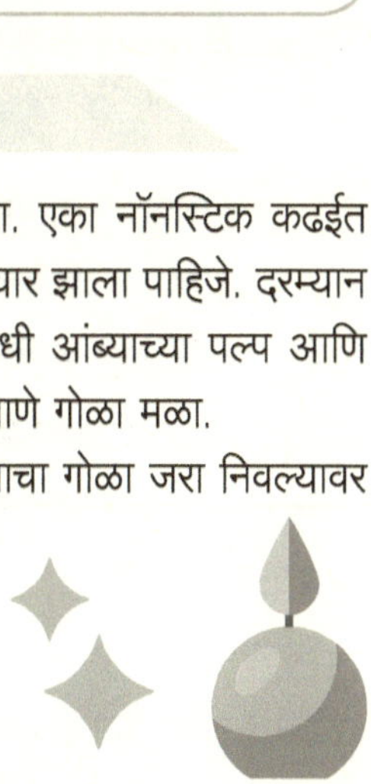

सोपा खजूर रोल

▪ साहित्य

पाव किलो सीडलेस किंवा बिया काढून खजूर,
अर्धी वाटी खवा,
दीड वाटी डाळ्याची पावडर,
पाव वाटी पिठीसाखर,
पाव वाटी कंडेन्स्ड मिल्क,
पाव वाटी डेसीकेटेड कोकोनट

▪ कृती

खजूर बारीक चिरा. मिक्सरच्या चटणीच्या भांड्यात १ स्पीडवर चालू-बंद करत बारीक करा. मिक्सरमधून बाहेर काढून व्यवस्थित मळा. प्लास्टिक पिशव्यांमध्ये ठेवून पोळी लाटा. आता डाळ्याची पावडर, खवा, कंडेन्स्ड मिल्क, पिठीसाखर एकत्र मळा. त्याचीही पोळी प्लास्टिकवर लाटून करा. या पोळीवर खजूर पोळी ठेवून दाबा. खजूर पोळीच्या बरोबर मध्ये रेघ मारल्याप्रमाणे खोबरे घाला. आता दोन्ही पोळ्यांचा एकत्र अळूवडीप्रमाणे घट्ट रोल करा. तासभर फ्रीजमध्ये ठेवून नंतर हव्या तेवढ्या जाड चकत्या कापा. यातच तयार आंब्याचा गोळा व डेसीकेटेड कोकोनटची तिसरी पोळी लावून आणखी वेगळा रोल बनवता येईल.

काजू कचोरी

▪ सारणासाठी साहित्य

एक वाटी काजू, एक वाटी तळलेला कांदा, अर्धी वाटी कोथिंबीर, चार लसूण पाकळ्या, सहा मिरच्या, दोन चमचे खोबरे यांचे वाटण, अर्धा चमचा धणे, जिरेपूड, पाव चमचा गरम मसाला, पाव चमचा बडीशेप, थोडी साखर, चवीप्रमाणे मीठ

▪ पारीसाठी साहित्य

दोन वाट्या मैदा,
एक मोठा चमचा तूप,
एक मोठा चमचा कॉर्नफ्लॉवर,
थोडे मीठ, तळण्यासाठी तेल

■ कृती

काजू तासभर भिजत ठेवा. मग पुसून लसूण कापतो तसे पातळ काप करा. कढईत एक मोठा चमचा तेलावर मसाला परता. त्यातच काजू परता. इतर मसाले, मीठ, साखर घालून खाली उतरवा. नंतर तळलेला कांदा चुरून घाला. मिश्रण नीट कालवा.

पारीसाठी परातीत तूप व कॉर्नफ्लॉवर खूप फेटून घ्या. त्यात मीठ घालून पुन्हा फेटा. मैदा घालून चोळून घ्या. पाणी घालून मैदा घट्ट भिजवा. दहा मिनिटांनी पुन्हा मळून घ्या. लिंबाएवढा गोळा घेऊन हाताने दाबून त्याची वाटी करा. त्यात दीड चमचा सारण भरा. मोदकाप्रमाणे तोंड बंद करून शेंडीही दाबून टाका. हातावरच दाबून थोडी चपटी करा. मध्यम आचेवर बदामी रंगावर कचोऱ्या तळा.

पाकातल्या पुऱ्या

■ **साहित्य**

दोन वाट्या मैदा, पाव चमचा मीठ, पाव वाटी वनस्पती तूप (पातळ करून), पाव वाटी दूध, पाव वाटी दही, दोन वाट्या साखर, एक वाटी पाणी, अर्धा लिंबू, केशर किंवा केशरी रंग

■ कृती

मैदा चाळून घट्ट भिजवून घ्या. दोन किंवा तीन मोठे गोळे करून घ्या. प्रत्येक गोळ्याची मोठी पोळी लाटा. अळूवडीप्रमाणे गुंडाळी करून त्याचे छोटे-छोटे तुकडे करा. गुंडाळीची चक्राकार बाजू वर येईल असे धरून ते तुकडे दाबा आणि त्याच्या पुऱ्या लाटा. नेहमीच्या पुऱ्यांपेक्षा या पुऱ्या जास्त खुसखुशीत होतात. अशा पुऱ्या तळून घेत असतानाच एकीकडे साखरपाणी मिसळून दोन तारीपेक्षा थोडा पुढचा पाक करा. पहिल्या पुऱ्या त्यात टाका. दुसऱ्या तळून होईपर्यंत पहिल्या पाकात ठेवा. दुसऱ्या टाकायच्या वेळी पहिल्या चिमट्याने उचलून, निथळून ताटात ठेवा. दोन-अडीच तासांत अगदी खुटखुटीत सुकतात. आवडत असल्यास पाकात लिंबू पिळा.

नारळाच्या साटोऱ्या

- **सारणासाठी साहित्य**

दोन वाट्या ओले खोबरे, सव्वा वाटी गूळ, अर्धी वाटी साखर, अर्धी वाटी रवा + मिल्क पावडर किंवा रवा + खवा यांपैकी काहीही. वेलची, केशर

- **पारीसाठी साहित्य**

दीड वाटी मैदा, अर्धा चमचा मीठ, तळण्यासाठी तेल

- **कृती**

नारळाच्या चवात वाटीभर पाणी घालून तो मिक्सरवर वाटून घेऊन त्याचे दूध काढून घ्या. या दुधाने व लागेल तसे साधे पाणी वापरून मैद्यात मीठ घालून पारीचे पीठ भिजवा.

सारणाचे गूळ–साखर–खोबरे हे पदार्थ एकत्र करून गूळ पाघळेपर्यंतच शिजवा. नंतर त्यात खवा किंवा मिल्क पावडर व रवा (हवा तर ब्रेडचा चुरा) असे घालून सारण घट्ट होऊ द्यावे.

मग छोट्या आवळ्याएवढी पारी घेऊन तशा दोन पाऱ्यांमध्ये तेवढीच सारणाची गोळी भरून साटोरी जरा जाडसर पुरीप्रमाणे लाटा. तव्यावर भरपूर तूप सोडून मंद आचेवर तळल्याप्रमाणे तरी भाजा किंवा नुसती दोन्हीकडून तव्यावर कोरडी शेकवून घेऊन मग तेलात / तुपात तळा.

मालवणचा खाजा

- **सारणासाठी साहित्य**

तीन वाट्या डाळीचे पीठ, पाव वाटी चिरलेला मऊ गूळ, चिमूटभर मीठ, पाव चमचा सोडा (किंवा एक वाटी सोडा वॉटर), पाव वाटी तेल

- **पाकासाठी साहित्य**

दोन चमचे भाजलेले तीळ, एक चमचा किसून वाटलेले आले, अडीच वाट्या गूळ, थोडासा केशरी रंग

■ कृती

डाळीच्या पिठात गूळ, मीठ व पाव वाटी तेल गरम करून घाला. पाण्याने पीठ घट्ट भिजवा. नंतर त्याचे सात-आठ गोळे करा. पोळपाटावर एकेक गोळा घेऊन कडबोळ्याप्रमाणे दोरी करा. ती जरा जाडसर असावी. आता बोटभर लांबीचे तुकडे करून खरपूस तळा. असे सगळे खाजे तळून झाल्यवर पाकात टाका.

■ **पाकाची कृती :** गुळात दोन-तीन चमचे पाणी घालून पक्का पाक करावा. त्यात इतर साहित्य घालून ढवळा. त्यातच खाजे घालून पाक सुकेपर्यंत हलवत राहा.

चॉकलेट फज (खास लोणावळा स्पेशल)

■ **साहित्य**

१२५ ग्रॅम डार्क कुकींग चॉकलेट,
१२५ ग्रॅम साधे (पांढरे) लोणी,
दीड कप आयसिंग शुगर,
दोन मोठे चमचे दूध,
पाऊण कप बदाम,
अक्रोड-पिस्ते यांचे काप

■ कृती

चॉकलेटचे लहान तुकडे करून घ्या. एका जाड बुडाच्या कढईत हे तुकडे घेऊन त्यात दूध, लोणी व आयसिंग शुगर घालून अगदी मंद गॅसवर ठेवून सतत ढवळत राहा. लोणी व चॉकलेट विरघळल्यावर त्याला एक उकळी आणा. फक्त एकच मिनिट उकळू द्या. खाली उतरवून लाकडी चमच्याने खूप घोटा. मिश्रण गुळगुळीत दिसायला लागल्यावर त्यात बदाम-पिस्ते-अक्रोडचे काप घालून घोटा. एका थाळीला किंवा बर्फी ट्रेला आतून ॲल्युमिनिअम फॉईल दाबून बसवा. त्या फॉईलला थोडा तुपाचा / लोण्याचा हात फिरवा. त्यावर हे मिश्रण ओता. ट्रे ठोकून मिश्रण सारखे पसरवा किंवा लाकडी चमच्याने पसरवा. पूर्ण गार होऊन सेट झाल्यावर कापावे. फॉईल हलकेच बाजूला करा. अत्यंत लोकप्रिय असा हा फज म्हणजे पारसी लोकांचे मिष्टान्न आहे.

कलाकंद : प्रकार १

■ साहित्य

पाऊण कप साखर, त्याच्या निम्मे पाणी, दीड कप दुधाची पावडर, त्याच्या निम्मे थंड दूध, तीन चमचे तूप, पिस्त्याचे पातळ काप, केशर चुरून, पाव चमचा वेलची व जायफळ पूड

■ कृती

साखरेत पाणी घालून दोनतारी पाक करा. पाक होईपर्यंत दुधाची पावडर आणि थंड दूध एकत्र कालवून पेस्ट करा. पाक तयार झाल्यावर त्यात ही पेस्ट घाला. चमचाभर तूप घालून मंद आचेवर ढवळत राहा. पुन्हा कडेने चमचाभर तूप सोडा. असे थोडेथोडे तूप सोडत मिश्रणाचा गोळा झाल्यावर उतरवून तुपाचा हात लावलेल्या थाळ्यात थापा. वरून वर्ख, केशर, पिस्ते लावा. मिश्रण थंड करून वड्या पाडा. कलाकंद शक्यतो नॉनस्टिक पॅन किंवा जाड कढईत करावा.

कलाकंद : प्रकार २

■ साहित्य

दोन चमचे तूप, दोन कप दूध, अर्धा चमचा दही, चार चमचे साखर, एक डबा कंडेन्स्ड मिल्क, एक चमचा दुधाचा मसाला किंवा काजू, पिस्ता चुरा

■ कृती

एका जाड बुडाच्या कढईत दूध उकळायला ठेवा. उकळल्यावर त्यात अर्धा चमचा दही घालून ते फाडा. त्यात साखर, कंडेन्स्ड मिल्क घालून, ढवळून सारखे करा आणि मध्यम आचेवर आटवा. पंधरा-वीस मिनिटांनी दूध आटते. त्या वेळी कडा सुटायला लागल्यावर कडेने एक चमचा तूप सोडा. हालवत राहा. थापल्यासारखा

गोळा दिसायला लागल्यावर तूप लावलेल्या थाळ्यात ओतून थापा. (हाताला प्लास्टिकचा कागद घ्यावा म्हणजे नाही) वरून पिस्ता-बदाम-चुरा किंवा दुधाचा मसाला थापा. गार झाल्यावर साधारण दीड ते दोन तासांनी वड्या कापा.

कलाकंद : प्रकार ३

■ **साहित्य**

अर्धी वाटी पनीर, अर्धी वाटी कंडेन्स्ड मिल्क, अर्धी वाटी दूध, अर्धी वाटी दूध पावडर, दोन मोठे चमचे क्रीम, दोन मोठे चमचे साखर, थोडे केशर, वेलची पूड आणि पिस्त्याचे काप

■ **कृती**

पनीर किसून घ्या. दुधात दूध पावडर मिसळून घेऊन ते दूध, कंडेन्स्ड मिल्क, पनीर, साखर आणि क्रीम एकत्र करून काचेच्या डिशमध्ये घालून मायक्रोवेव्ह ओव्हनमध्ये ठेवा. ओव्हन १०० टक्के ऊर्जेवर ठेवून चार मिनिटांचा वेळ लावा. त्यानंतर त्यात केशर आणि वेलची पूड घालून ढवळून पुन्हा दोन मिनिटे शिजवा. मिश्रण आळल्यावर तूप लावलेल्या ट्रेमध्ये ओतून वर पिस्त्याचे काप पसरवा. गार झाल्यावर मोठ्या चौकोनी वड्या कापा.

मँगो कलाकंद

■ **साहित्य**

तीन कप दूध पावडर, पाऊण कप मँगो पल्प, एक कप साखर, चार चमचे तूप, दोन चमचे बदाम काप

■ **कृती**

साखरेत अर्धा कप पाणी घालून दोनतारी पाक करा. आंब्याच्या रसात दूध पावडर मिसळून त्याची पेस्ट करा. ती या पाकात मिसळा. कडेने तूप सोडा. मंद आचेवर

सतत ढवळा. पुन्हा तूप सोडा. गोळा कढईची कड सोडायला लागल्यावर तूप लावलेल्या थाळ्यात थापा. वरून बदाम काप लावून वड्या कापा.

सँडविच कलाकंद

- **साहित्य**

दोन वाट्या दूध पावडर, तीन टे. स्पून दही, एक वाटी पिठीसाखर, एक वाटी किसलेले पनीर, पाव चमचा केशर, पाव चमचा वेलची पूड, थोडे बदाम-पिस्त्याचे पातळ काप

- **कृती**

दही पातळ फडक्यात बांधून साधारण पंधरा मिनिटे टांगून ठेवा म्हणजे त्यातील पाणी निघून जाईल. नंतर दह्याचे दोन, दुधाच्या पावडरीचे, पिठीसाखर व पनीरचे भाग करा. एका भागात केशर तर दुसऱ्या भागात वेलची पूड घाला. प्रत्येक भाग व्यवस्थित एकत्र करून कालवून घ्या. एका थाळ्याला तूप लावून प्रथम केशराचा भाग थापा आणि त्यावर पांढरा भाग थापा. कुकरमध्ये इडली-ढोकळ्यासारखे १०-१५ मिनिटे वाफवून घ्या. उतरवून तुकडे कापा. पेपर कपमध्ये ठेवून पिस्ते-बदाम लावा. ठेवताना केशराची बाजू वर व पांढरी खाली असावी.

बॉम्बे हलवा

- **साहित्य**

अर्धी वाटी कॉर्नफ्लॉवर, अर्धी वाटीपेक्षा थोडे कमी तूप, एक वाटी पाणी, अर्धी वाटी बदाम / काजू किंवा पिस्ता काप, अर्ध्या लिंबाचा रस (साधारण एक चमचा) आवडीचा रंग किंवा केशर पाण्यात घोळवून एक चमचा रंग

■ कृती

साखरेत पाऊण कप पाणी घालून उकळी आणा. दरम्यान एक वाटी पाण्यात कॉर्नफ्लॉवर मिसळून घ्या. पाक उकळायला लागल्यावर त्यात कॉर्नफ्लॉवरच्या मिश्रणाची धार सोडा. गॅस बारीक ठेवा. एका हाताने मिश्रण ढवळत राहा. साधारण पाच-सहा मिनिटांनंतर त्यात दोन-तीन चमचे तूप घाला व हलवत राहा. मिश्रण घट्ट व्हायला लागेल. एखाद्या मिनिटाने लिंबूरस घालून हलवा. आता सर्व तूप घालून पुन्हा हलवा. पातेल्यापासून मिश्रण सुटायला लागल्यावर खाली उतरवून त्यात काजू-बदाम-पिस्ते जे असेल त्याचे काप घाला. एका थाळीत मिश्रण थापा. कोमट झाल्यावर बर्फीप्रमाणे जरा उंच अशा वड्या कापा.

साधा पेढा

■ साहित्य

एक किलो खवा,
दोनशे ग्रॅम पिठीसाखर,
एक चमचा वेलची पूड,
अर्धा चमचा जायफळ पूड,
दोन वाट्या दूध,
१०-१५ केशराच्या काड्या,
चार ते पाच थेंब खाण्यचा केशरी रंग

■ कृती

खवा एक दिवसभर पातळ कपड्यात चक्क्याप्रमाणे बांधून ठेवा. दुसऱ्या दिवशी परातीत काढून हाताने मोकळा करा. दूध गरम करून त्यात केशर घालून ठेवा. मिश्रण गार होऊ द्या. खव्यात पिठीसाखर मिसळा. (साखर घरी मिक्सरवर दळल्यास मैद्याच्या चाळनीने चाळून घ्या.) त्यात वेलची पूड, जायफळ पूड घाला. लागेल तसे दूध घालून खवा कणकेप्रमाणे घट्ट मळा. हाताने लाट्या करा. मध्ये अंगठ्याने किंचित दाबा. हवे असल्यास प्रत्येक पेढ्यावर केशर काडी दाबा. साखरी पेढे आवडत असल्यास थोडी पिठीसाखर बाजूला ठेवून द्या. खव्याच्या मिश्रणाचे केलेले पेढे त्यात घोळवून थाळीत ठेवा.

मलई पेढा

■ साहित्य

एक लीटर गाईचे दूध, अर्धी वाटी दही, अर्धी वाटी साखर, दोन टे. स्पून कॉर्नफ्लॉवर, अर्धा चमचा वेलची पूड, दोन चमचे बदाम, पिस्ते काप, सहा-सात केशराच्या काड्या चुरून

■ कृती

अर्धी वाटी दूध बाजूला काढून उरलेले दूध तापत ठेवा. आटवून निम्मे करा. दही चमच्याने फेटा. फेटताना त्यात बाजूला ठेवलेल्या दुधातील दोन चमचे दूध घाला. आटवलेल्या दुधात साखर घालून गॅस जरा मोठा करा. उकळी आल्यावर फेटलेल्या दह्याची धार त्यात धरा. मंद आचेवर ढवळत राहा. दूध फाटल्यावर कॉर्नफ्लॉवर व उरलेले गार दूध एकत्र करून त्यात ओता. सतत ढवळत राहा. पुन्हा गॅस थोडा मोठा करा. मिश्रण घट्ट होऊन खव्यासारखे दिसायला लागल्यावर उतरवा. त्यात वेलची पूड मिसळा. गार झाल्यावर हव्या तेवढ्या आकाराचे पेढे वळा. त्यावर चुरलेले केशर, बदाम-पिस्ते काप लावून सजवा. बिस्किट कटरने हवा तो आकारही देता येतो.

पनीर कोकोनट डायमंड्स

■ साहित्य

एक वाटी (शिग लावून) किसलेले पनीर, दीड टे. स्पून मैदा, एक टे. स्पून तांदळाची पिठी, एक वाटी पिठीसाखर, दोन चिमटी सोडा, दीड वाटी नारळ खोवून, पाच-सहा पेढे, एक चमचा वेलची पूड, एक वाटी साधी साखर, अर्धी वाटी वनस्पती तूप

■ कृती

पनीर, मैदा, तांदूळ पिठी, सोडा, दोन टे. स्पून पिठीसाखर असे सर्व एकत्र करून खूप मळून घ्या. (मिक्सरच्या चटणीसाठी असणाऱ्या भांड्यामधून फिरवून

घेतल्यास छान मऊ होते.) अर्धा नारळ खोवून घेऊन त्यात पेढे कुस्करा. तीन चमचे पिठीसाखर आणि वेलची पूड घाला. सर्व सारण नीट मिसळून घ्या.

आता साध्या साखरेत एक वाटी पाणी घालून पाक करायला ठेवा. उकळी आल्यावर पाच मिनिटे मंद आचेवर उकळू द्या. दरम्यान पनीरचे १६ ते १८ छोटे गोळे करा. हार्ट आकार द्या व वनस्पती तुपात किंवा रिफाईंडमध्ये बारीक आचेवर सोनेरी रंगावर तळावेत. थोडे गार झाल्यावर पाकात टाका. पाच मिनिटांनी पाकातून निथळून काढा. उरलेली पिठीसाखर ताटलीत घेऊन त्यात हलकेच घोळवा. दुसऱ्या ताटात वाळत ठेवा. तासाभरात वाळून छान खुटखुटीत होतात.

वॉलनट फज रोल

- **साहित्य**

दीड वाटी अक्रोडचे बारीक तुकडे, दोन वाट्या शीग लावून पिठीसाखर, पाऊण वाटी क्रीम, चार टे. स्पून दूध + दोन टे. स्पून कॉर्नफ्लॉवर, एक चमचा व्हॅनिला इसेन्स, चिमूटभर मीठ

- **कृती**

मीठ, साखर, क्रीम आणि कॉर्नफ्लॉवर असे मिश्रण एकत्र करून एका जाड बुडाच्या नॉनस्टिक पॅनमध्ये घालून मंद आचेवर शिजत ठेवा. साखर विरघळेपर्यंत गॅस मंद ठेवा. नंतर गॅस थोडासा मोठा करावा म्हणजे मिश्रण शिजायला वेळ लागेल. त्यावर झाकण ठेवून तीन मिनिटे शिजू द्या. झाकण काढून कडेने लागलेली साखर साफ करून घ्या. पुन्हा एकदा दोन-तीन मिनिटे मिश्रण शिजू द्या. नंतर पॅन उतरवून मिश्रण जरा गार होऊ द्या. नंतर त्यात व्हॅनिला इसेन्स आणि अक्रोडचा निम्मा चुरा घालून इलेक्ट्रिक बॅटरने घोटा. हळूहळू मिश्रण आळायला – घट्ट व्हायला लागेल. कणकेइतपत गोळा व्हायला लागला की थांबा. आता त्याचे दोन भाग करा. दोन बटर पेपरवर उरलेला अक्रोड चुरा निम्मा-निम्मा पसरवा. त्यावर या मिश्रणाचा रोल करून ठेवावा. अक्रोड घट्ट बसतील अशा पद्धतीने घोळून त्याच बटर पेपरमध्ये घट्ट गुंडाळून फ्रीजमध्ये ठेवा. घट्ट, थोडा कडक झाल्यावर काढून त्याच्या चकत्या कापा. हवाबंद डब्यात फ्रीजमध्ये ठेवा.

लेखिका परिचय

जयश्री कुबेर

बी.ए., एल.एल.बी.

पत्ता : यमुना निवास, भोंडे कॉलनी,
एरंडवणे, पुणे, ४११००४

इमेल : jayshree.kuber@gmail.com

- पाककृतीविषयक बेस्टसेलर पुस्तकांच्या लेखिका
- अनेक ख्यातनाम मासिके, दैनिके व साप्तहिकांमध्ये 'पाककला' या विषयावर सकस लेखन
- नामांकित पाककृती स्पर्धांसाठी परीक्षक म्हणून कार्यरत
- आजवर ४५०० हून अधिक महिलांना पाककृतीविषयक प्रात्यक्षिकांद्वारे मार्गदर्शन
- आकाशवाणी केंद्रावर कार्यक्रम अधिकारी म्हणून २३ वर्षे कार्यरत. या अंतर्गत, अनेक दर्जेदार नभोनाट्यांची, रूपकांची निर्मिती व दिग्दर्शन
- २००३ मध्ये बेळगावमधील मराठी स्त्री लेखिका संमेलनाच्या अध्यक्षा
- मान्यताप्राप्त निवेदिका, वृत्तनिवेदिका, गायिका, मुलाखतकार व सूत्रसंचालिका
- ऑस्कर्स ऑफ फूड ॲवॉर्ड्स इन पॅरिस' असे संबोधिले जाणारे गोरमंड वर्ल्ड कुक बुक ॲवॉर्ड, कै. इंदुताई टिळक पुरस्कार, सुपर एक्स्पर्ट पुरस्कार, इ. प्रतिष्ठित पुरस्कारांनी गौरव

www.ingramcontent.com/pod-product-compliance
Lightning Source LLC
LaVergne TN
LVHW060409051026
849518LV00007B/2495
* 9 7 8 8 1 9 4 3 2 6 1 2 0 *